॥ ब्रह्मचैतन्य ॥

श्री गोंदवलेकर महाराज यांचे चरित्र

राजलक्ष्मी देशपांडे

सकाळ प्रकाशन

सकाळ प्रकाशन

Brahmachaitanya

ब्रह्मचैतन्य

प्रथम आवृत्ती	:	जुलै, २०२५
प्रकाशक	:	सकाळ मीडिया प्रा. लि. ५९५, बुधवार पेठ, पुणे ४११ ००२
संपादन	:	ऐश्वर्या कुमठेकर
मुखपृष्ठ	:	गोपाळ नांदुरकर
अक्षरजुळणी	:	उमा लोवलेकर
मांडणी	:	यशोधन लोवलेकर
मुद्रणस्थळ	:	विकास प्रिंटिंग अ‍ॅण्ड कॅरिअर्स प्रा. लि. प्लॉट नं. ३२, एमआयडीसी, सातपूर, नाशिक
ISBN	:	978-93-49487-07-9
संपर्क	:	९८८१५ ९८८१५ / ८८८८८ ४९०५० sakalprakashan@esakal.com

सर्व नामसाधकांना
सविनय अर्पण...

गाभाऱ्यात शिरण्यापूर्वी

'वेद' हे परमेश्वराचे श्वास मानून त्यावर मानवी जीवनाचे नियम सनातन हिंदू धर्माने बनवले असले, तरी प्रत्येक युगात त्या नियमांचं शब्दशः पालन करणं शक्य होत नाही. हिंदू धर्म आणि संस्कृती प्रवाही असल्यामुळे वेदांचा मूळ गाभा तोच ठेवून प्रत्येक काळानुरूप आचरण्यासाठी सोपा असा उपासना मार्ग सांगणारे अनेक संत या भारतभूमीमध्ये जन्माला आले. आत्मिक उन्नतीचे विचार सांगणारे संत समाजात पुनःपुन्हा अवतरित होणं गरजेचं असतं. तसे ते पुनःपुन्हा अवतार घेतही असतात.

अशा संतांचं चरित्र लिहिणं हे अवघड काम असतं, कारण संत आत्मज्ञानाच्या अशा पातळीवर असतात, जिथे सर्वसामान्य माणूस पोहोचू शकत नाही. तरीही ही चरित्रं पुनःपुन्हा लिहिली जाणंही आवश्यक असतं. त्यामुळे पुनःपुन्हा त्यांच्या विचारांचं मंथन केलं जातं.

प.पू. श्री गोंदवलेकर महाराजांच्या या चरित्रात त्यांच्या विचारांचं, उपदेशाचं जमेल तसं मंथन करण्याचा मी प्रयत्न केला आहे. आजची तरुण पिढी बुद्धिमत्तेला, तर्काला प्राधान्य देणारी आहे. संतांची चरित्रं फक्त श्रद्धेवरच आधारलेली आहेत असं वाटून त्याकडे थोडं दुर्लक्ष करण्याचा त्यांचा कल असतो, जो म्हटलं तर स्वाभाविक आहे. म्हणून त्यांच्या मनात येऊ शकणाऱ्या शंकांना उत्तरं देण्याचा प्रयत्नही मी शक्य तितका केला आहे.

श्री महाराजांचं चरित्र लिहिताना श्रद्धेय केशव विष्णू बेलसरे यांनी लिहिलेल्या मूळ चरित्राचा आधार घेतला आहे आणि काही ठिकाणी महाराजांचा उपदेश त्या चरित्रात ज्या शब्दांत आहे, ते शब्दही तसेच ठेवले आहेत.

याखेरीज श्रीमहाराजांचे शिष्य स्व. श्री. बापूसाहेब मराठे यांच्या प्रवचनांच्या पुस्तकांचा आधारही घेतला आहे. तात्यासाहेब केतकर यांच्याबद्दलची माहिती मला त्यांच्या प्रवचनांमधून मिळाली. त्यांच्या कन्या सौ. जोशी यांनी माहिती वापरण्याची मला परवानगी दिली. त्यांची मी ऋणी आहे.

सौ. सरिताताई अवधानी या श्रीमहाराजांच्या ज्येष्ठ शिष्या. श्री महाराजांचे चरित्र यूट्युबवरील व्हिडिओंमधून त्यांनी सांगितले आहे. श्री. अरविंद आठल्ये यांच्या यूट्युब चॅनेलवर त्यांनी एकवीस भागांत हे सांगितले आहे, ज्याचा मला उपयोग झाला. मला सरितताईंच्याही ऋणात राहायला आवडेल.

या चरित्रलेखनाच्या निमित्ताने मला बराच काळ दैवी विचारांमध्ये राहता आलं. ही संधी मला देणारे 'सकाळ प्रकाशना'चे प्रमुख श्री. आशुतोष रामगीर आणि संपादक ऐश्वर्या कुमठेकर यांचीही मी मनापासून ऋणी आहे.

राजलक्ष्मी देशपांडे

अनुक्रमणिका

जगाच्या कल्याणा संतांच्या विभूती

गृहस्थाश्रम, शिष्यभेट

उत्तरार्ध

जन्म आणि बालपण

नामावताराचे अवतरण

अठरावं किंवा त्यापूर्वीचं शतक असावं. महाराष्ट्रातल्या सातारा जिल्ह्यात माण तालुक्यातल्या वावरहिरे या गावात पूज्य गोंदवलेकर महाराजांचे पूर्वज राहत. हे गाव गोंदवल्यापासून चार कोसांवर होतं. आजच्या भाषेत सांगायचं तर, अंदाजे सोळा किलोमीटरच्या आसपास.

सातारा जिल्हाच मुळी निसर्गसंपन्न. पर्जन्याची कृपादृष्टी असणारा, डोंगरांनी लडिवाळपणे कुशीत घेतलेला. त्यातलं हे 'वावरहिरे' असंच टुमदार, हिरवंगार गाव! सुखानं नांदणारं! इथं महाराजांच्या घराण्याचे मूळपुरुष राहत. त्यांचं नाव रुद्रोपंत. त्यांचं मूळ आडनाव घुगरदरे! असं म्हणतात की, एकदा प्रचंड दुष्काळ पडला, तेव्हा या कुटुंबाने लोकांना घुगऱ्या देऊन त्यांची भूक भागवली. म्हणून हे आडनाव पडलं. घरची भरपूर शेती होती. विठ्ठलभक्ती त्यांच्या अंतरंगात रुजलेली. अगदी नियमित पंढरपूरच्या वारीला जात.

या रुद्रोपंतांपासूनचे चौथे पुरुष म्हणजे महाराजांचे पणजोबा. ते गोंदवल्याला येऊन राहिले. शेती तिथेही भरपूर होतीच. शिवाय कुलकर्णीपण होते.

त्यांचे चिरंजीव, महाराजांचे आजोबा म्हणजे लिंगोपंत. अत्यंत कर्तृत्ववान माणूस. पूर्ण माण तालुक्याचे ते मुख्य कुलकर्णी होते. म्हणजे इतर छोट्या गावाचे कुलकर्णी त्यांच्या अधिकाराखाली असत. उत्तम काम केल्याबद्दल त्यांना सरकारने जमिनी इनाम म्हणून दिल्या होत्या.

भगवद्‌गीतेमध्ये भगवान श्रीकृष्णांनी म्हटलं आहे, 'शुचीनां श्रीमतां गेहे योगभ्रष्टोऽभिजायते'. म्हणजे एखादा महापुरुष सामान्यतः अशा घरात जन्म घेतो,

की जे ऐश्वर्यसंपन्न आणि शुचिर्भूत असते. ईश्वराची उपासना, वर्तनातील शुद्धता तिथे पिढ्यान्‌पिढ्या असते. लिंगोपंत असेच आदर्श गृहस्थ होते.

पहाटे उठून विठ्ठलाचे नामस्मरण, मग स्नान, देवपूजा करणे हे झाल्यावर गीतेचा एक अध्याय ते नियमित म्हणत. मग कचेरीची कामं, आल्यागेल्यांची चौकशी झाली, की भोजन आणि थोडी विश्रांती होई. दुपारी पुराणश्रवण करीत. संध्याकाळच्या जेवणानंतरचा वेळ पुन्हा भजन-कीर्तनात जाई. एकूण काय, प्रपंच आणि परमार्थ दोन्ही चोख होते. महाराजांवर त्यांच्या आजोबांचा पगडा होता. लिंगोपंतांना एक मुलगा झाला. त्याचं नाव रावजी. रावजीही मोठा हुशार, सद्वर्तनी होता. एकूण प्रपंच सुखाचा सुरू होता. पूर्वापार चालत आलेली पंढरीची वारी मात्र आता लिंगोपंतांना जमेनाशी झाली. पण पूर्वपुण्याई एवढी होती, की भक्ताच्या दर्शनाची आस पांडुरंगालाच लागली. त्यांनी स्वप्नात येऊन दृष्टान्त दिला. मळ्यातली एक विशिष्ट जागा दाखवून पांडुरंगाने सांगितलं, ''मी इथे आहे. खणून पाहा, म्हणजे सापडेन. मी तुझ्या घरी राहायला येतो. आता तुला वारी करण्याचं कारण नाही.'' दुसऱ्या दिवशी तिथे विठ्ठलरुक्मिणीचीच्या मूर्ती सापडल्या. एक मंदिर बांधून लिंगोपंतांनी विठ्ठलरुक्मिणीची स्थापना केली. जिथे या मूर्ती सापडल्या, तो 'विठोबाचा मळा'. तिथेच थोडं आणखी खणल्यावर पाणी लागलं, ती 'विठोबाची विहीर'. लिंगोपंतांच्या प्रपंचाला आणि परमार्थालाही त्यांच्या पत्नीचा पूर्ण सहयोग होता. अत्यंत उदार मनाच्या, श्रद्धाशील होत्या त्या.

अशा पती-पत्नींचा मुलगा रावजी तितकाच सद्‌गुणी नसता, तरच नवल. सहाव्या वर्षी त्याची मुंज करून त्याला उत्तम शिक्षण दिलं. कुलकर्णीपणाचं काम शिकवलं. बाराव्या वर्षी लग्न केलं. सातारा जिल्ह्यातल्याच कलेढोण गावच्या इनामदारांची मुलगी 'गीताबाई' या सासरच्या नावाने गोंदवल्याच्या कुलकर्णी घराण्याची सून झाली.

रावजी मुळात विरक्त वृत्तीचे. एकांतात रमणारे. पूजा-अर्चा, नामस्मरण, गायत्रीचा जप, ध्यानधारणा यांत त्यांचा दिवस जाई. कर्तृत्ववान वडिलांचं छत्र असल्यामुळे रावजींनी कुलकर्णीपदाची जबाबदारी फारशी स्वत:च्या अंगावर घेतलीच नाही. वडील खूप थकल्यानंतर त्यांनी ही जबाबदारी घेतली. पण ते मनापासून या व्यापात कधी गुंतले नाहीत. त्यामुळे वडिलांनी वाढवलेला कुलकर्णीपणाचा व्याप थोडा कमी झाला, हे खरं! पण दहा माणसांच्या कुटुंबानं बसून खाल्लं, तरी दोन पिढ्या पुरेल एवढं ऐश्वर्य असल्यामुळे घरातली समृद्धी जराही कमी झाली नाही.

ज्या जीवाची ओढ व्यवहारात कमी आणि परमार्थात जास्त आहे, त्याच्या ऐहिक जीवनाची सोय परमेश्वरच करून देतो आणि त्या जीवाला भजन-पूजनात रमू देतो. 'योगक्षेमं वहाम्यहम्' हे त्याचंच वचन आहे ना!

अर्थात त्यांचं लक्ष प्रपंचात कमी असल्यामुळे बरेचसे देण्याघेण्याचे व्यवहार, प्रापंचिक जबाबदाऱ्या गीताबाईंनाच घ्याव्या लागत. हे सगळं हसतमुखानं, प्रसन्नतेनं सांभाळण्यासाठी त्या समर्थ होत्या, आणि सौम्य, उदार मनाच्या, गोड बोलणाऱ्या आणि प्रेमळ होत्या. घरातला पै-पाहुणा त्यांचा पाहुणचार घेऊन तृप्त होऊन जाई. वृद्धत्वाकडे झुकलेले सासू-सासरे त्यांच्या प्रेमळ स्वभावामुळे प्रसन्न होते. गायी-गुरं सुखात होती. गडी-माणसं समाधानी होती. हे सांभाळून त्या गावातल्या गरीब माणसांची दुखणी-खुपणी काढत. त्यांना औषधं, पौष्टिक जेवण देत. बायकांची बाळंतपणं करीत.

लोक त्यांना विचारायचे, ''माय! आमच्यासाठी तुम्ही इतके कष्ट घेता, तुम्हाला काहीतरी द्यावंसं वाटतं.'' त्या म्हणायच्या, ''मला काय कमी आहे? तुम्ही रोज रामनामाचा एक हजार जप करा. त्यातच मला सर्व मिळालं.''

गीताबाईंच्या माहेरी रामाची उपासना होती. रामनामाचा प्रसार त्या असा सहजच करीत. जन्म घेण्यासाठी संत, सत्पुरुष जे माता-पिता निवडतात, तेही अशी अलौकिकच असतात.

महाराजांच्या पूर्ण घराण्यातच गोरगरिबांबद्दल कळवळा, त्यांची सेवा करणं, भरभरून अन्नदान, परमेश्वराची अखंड भक्ती या गोष्टी होत्याच.

गोंदवल्यापासून काही अंतरावर 'संभाजी' नावाचे सत्पुरुष राहत होते. त्यांनी बारा वर्षं मौन धारण केले होते. एकदा रावजी आणि गीताबाई त्यांच्या दर्शनाला गेले. तेव्हा त्या सत्पुरुषांनी त्यांच्या हातात एक नारळ दिला आणि प्रसन्नपणे म्हणाले, ''परमात्मा तुमचं कल्याण करील. तुम्ही त्याचं नामस्मरण करा.''

यानंतर काही काळ लोटला. गीताबाईंकडून एके दिवशी घरात सुवार्ता कळली. त्या लवकरच 'आई' होणार होत्या. एकुलत्या एक लाडक्या सुनेला दिवस गेलेले. त्यांच्या तोंडून शब्द बाहेर पडण्यापूर्वी तो झेलला गेला असता. पण गीताबाईंना कुठलेही ऐहिक मोह झालेच नाहीत. त्यांना डोहाळे लागले, ते दासबोध ऐकण्याचे. मग काय? लिंगोपंतांनी विठोबाच्या मंदिरात दासबोधाचं पारायण आयोजित केलं. गीताबाई एकदा समर्थांच्या दर्शनालाही जाऊन आल्या. त्यांच्या तोंडी अखंड रामनाम येऊ लागलं. चेहरा तेजस्वी झाला.

गीताबाईंना आठवा महिना सुरू झाला. बाळंतपण गोंदवल्यात करायचं ठरल्यामुळे गीताबाईंचे आईवडील गोंदवल्याला आले. रात्रीची वेळ. एक बैरागी लिंगोपंतांकडे आला आणि म्हणाला, ''रामेश्वर जा रहा हूँ! एक रात का आसरा चाहता हूँ।''

पंतांनी त्याला आत बसवलं. भोजनाची, निवासाची सोय केली. गीताबाई त्यांना नमस्कार करायला आल्या. त्यांना पाहून त्या बैराग्याचा आनंद मनात मावेनासा झाला. तो म्हणाला, ''अरे रामलल्ला! तुम यहाँ हो! मेरे भाग खुल गये। आपके दर्सन हो गये, प्रभू! अब रामेश्वर जा के क्या करूँ? मैं तो अब वापस जाऊँगा।''

सूर्य उगवण्याच्या आधी उषेने त्याच्या आगमनाची वार्ता द्यावी, तसं झालं.

हे वर्ष होतं इ.स. १८४५ - शके १७६६, माघ महिन्यातली शुद्ध एकादशी. रात्रीचा फराळ झाला. विठोबाच्या मंदिरात भजन सुरू झालं आणि गीताबाईंना प्रसूतीवेदना होऊ लागल्या. सुईण आली. सासूबाई, आई दोघींच्या चेहऱ्यावर काळजीची सावली पडली. साहजिकच होतं ते. पण गीताबाईंनीच उलट दोघींना धीर दिला आणि नामस्मरण करीत राहायला सांगितलं. त्यांचंही मुखानं नामस्मरण सुरूच होतं.

भजन संपलं. पहाट झाली. पांडुरंगाची आरती झाली. सूर्य आपल्या बाळपावलांनी अलगद आला. आपल्या तेजाची दाहकता त्याने काढूनच टाकली होती. वारासुद्धा माघातला गारठा दूर ठेवून सूर्याची किंचित ऊब पांघरून आला.

माघ शुद्ध द्वादशी. बुधवारची पहाट. गीताबाईंच्या पोटी एक गोंडस पुत्र जन्माला आला. क्षणभराचा थकवा गेल्यावर गीताबाईंनी आपल्या पुत्राकडे पाहिलं. रामाला पाहून कौसल्येची जशी अवस्था झाली असेल, तशीच त्यांची झाली. डोळ्यांत आनंदाश्रू दाटले. कंठ भरून आला. कुणाही स्त्रीला हा क्षण आपल्या स्त्रीत्वाचं सार्थक करणारा वाटतो. इथे तर साक्षात 'नामावतार' जन्मला होता. परब्रह्माचंच ते सगुण, साकार बाळरूप गीताबाईंच्या उभ्या जन्माचं सार्थक करणारं होतं.

बाहेर अस्वस्थपणे फेऱ्या मारणाऱ्या पुरुषमंडळींना सुईणीनं येऊन सांगितलं, ''पंत, नातू झाला हो.''

पंतांना आसमान ठेंगणं झालं. ऐश्वर्याला सद्भाग्यानं वेढून टाकलं. सुखाला पावित्र्याची वस्त्रं मिळाली.

गोंदवले गाव मुळात छोटं! त्यात लिंगोपंतांसारख्या प्रतिष्ठित गृहस्थांच्या घरी पुत्रजन्म झालेला. गावात वार्ता वाऱ्यासारखी पसरली नसती, तरच नवल. पांडुरंगावर

फुलं उधळली. गावात भरभरून साखर वाटली. प्रख्यात ज्योतिषांकडून कुंडली मांडून घेतली आणि वैदिक पंडितांनी बाळाला भरभरून वेदोक्त आशीर्वाद दिले.

गोरंपान, बाळसेदार पण घट्ट अंग, कोमल काया, तेजस्वी डोळे, भव्य कपाळ आणि माथ्यावर काळेभोर मऊ केस... ते बाळरूप सगळ्यांना मोहात पाडणारं होतं. सर्वानुमते त्यांच नाव ठेवलं 'गणपती'.

बाळ जसजसं रांगू लागलं, धडपडत चालू लागलं, तसा गीताबाईंकडे येणाऱ्या बायकांचा राबता वाढू लागला. छोट्या गणूची ओढ स्त्रियांना अशी लागे, की काहीतरी काम काढून त्या येत आणि त्याच्याशी खेळत. कुणी त्याला आपल्या घरी नेई.

हळूहळू त्याला चौथं वर्ष लागलं. आजोबांनी त्याला धुळाक्षरं काढायला शिकवली. एका दिवसात गणूने ती काढून दाखवली.

लाडका नातू. खूप वर्षांनी घरी पाळणा हललेला. त्यामुळे आजी-आजोबाच त्याचं सारं करीत. तरीही कामाच्या वेळी तो आईला असं अडवे, की त्याला घेऊनच आईला सारी कामं करावी लागत. एकदा आजोबा त्याला झोपवत होते; पण का कुणास ठाऊक, त्याला झोप येईना. आजोबा त्याला प्रेमानं थोपटत गीतेतील श्लोक म्हणत होते. त्यांनी सहजच

'अनन्याश्चिन्तयंतो मां ये जना: पर्युपासते' हा श्लोक म्हटला आणि त्यांच्या लक्षात आलं, गणूनंही बोबड्या स्वरात हा श्लोक पूर्ण म्हटला. आजोबांना विलक्षण आश्चर्यही वाटलं आणि आनंदही झाला.

माजघराच्या दिशेनं तोंड करून ते म्हणाले, "हा गणपती आपलं नाव सार्थ करणार हो. मुलगा एकपाठी आहे."

आतमध्ये गीताबाईंनी आणि राधाबाईंनी कृतज्ञतेने देवाला हात जोडले.

चरित्रबोध

एक संत जन्माला येण्यासाठी अनेक पिढ्यांची पुण्याई आवश्यक असते.

पाळण्यात दिसणारे पाय

त्या काळाप्रमाणे योग्य वयात गणूची मुंज झाली. त्याला संध्या करायला शिकवण्यासाठी कुलगुरू सखारामभट पाठक येऊ लागले. दोन-तीन महिन्यांतच गणपतीने संध्या, पूजा, वैश्वदेव, पवमान, रुद्र सगळं शिकून घेतलं.

''आता यापुढे काय शिकायचं असतं?'' त्याने विचारलं. कुलोपाध्याय म्हणाले, ''यापुढे चार वेद, सहा शास्त्रं शिकायची असतात. पण एकेका वेदालाच वीस-वीस वर्षं लागतात आणि एकेक शास्त्र बारा वर्षं अभ्यासावं लागतं.''

''एवढा वेळ कुणाला आहे!'' गणपती बोलून गेला.

हे वाक्य मोठं मार्मिक आहे. हे वेद, ही शास्त्रं शिकत बसण्यासाठी आपला जन्म झाला नाही हे जणू आत कुठेतरी त्याला जाणवलं असावं. इतक्या बुद्धिमान, तेजस्वी मुलाला वेद-शास्त्रांचा अभ्यास अवघड नव्हता, पण त्यांचा मार्ग वेगळा होता.

सनातन हिंदू धर्मात वेदांचं महत्त्व कधीच कुणी नाकारलं नाही. सर्व संतांनी वेदशास्त्रसंपन्न, आचारनिष्ठ पंडितांचा आदरच केला. पण हे ज्ञान सर्वसामान्यांना घेता येणं अवघड आहे याची जाणीव त्यांना होतीच. कारण बुद्धीच्या इतक्या प्रगल्भतेसाठी तसंच तेजस्वी, व्रतस्थ आयुष्य लागतं. ते सामान्यांना शक्य नसतं, हे त्यांना माहीत होतं.

दुसरं असं की, फक्त वेदांचा अभ्यास करून, त्या पांडित्याच्या जोरावर मोक्ष, ज्ञान मिळत नाही. त्यासाठी सगुण रूपाची भक्ती हवी, अहंकाराचं समर्पण हवं हे त्यांना माहीत होतं. म्हणूनच बहुतेक संतांनी वेदांना आणि वैदिक लोकांना

पूजनीय मानलं, पण स्वत: वेद शिकत बसले नाहीत आणि तरीही त्यांचा उपदेश वेद-उपनिषदांमध्ये जे सांगितलं आहे, तेच ज्ञान देणारा होता.

वरच्या एका वाक्यावरून गणपतीच्या आंतरिक अवस्थेची आपल्याला कल्पना येते. म्हणून आता आपणही त्यांना 'महाराज'च म्हणू.

या इवल्याशा वयातच महाराजांची वृत्ती अंतर्मुख होऊ लागली. वय होतं जेमतेम सहा वर्षांचं. पण त्यांना ईश्वराची ओढ लागली. ईश्वरप्राप्तीसाठी एकांतात जाऊन नामस्मरण केलं पाहिजे असं त्यांना वाटे. ती ओढ तीव्र होऊन ते एकदा रात्री हळूच घराबाहेर पडले आणि नदीकाठच्या एका गुहेमध्ये जाऊन रामनाम घेत बसले.

रात्री पंतांना जाग आली. बघतात तर काय? नातू जागेवर नाही! त्यांनी सगळ्यांना उठवलं. शोधाशोध सुरू झाली. घरात, अंगणात कुठेच महाराज दिसेनात. सहा वर्षांचा छोटा मुलगा जाणार तरी कुठे? शेवटी कुणाला तरी सुचलं, गणू नदीकाठी गेला असेल. काही जण तिकडे धावले. अपेक्षेप्रमाणे गुहेत महाराज दिसलेच. त्यांना घरी आणलं.

वडीलधाऱ्यांच्या अंत:करणातली काळजी बऱ्याच वेळा रागाच्या रूपात बाहेर पडते. पण इथे मात्र तसं झालं नाही. पंतांनी महाराजांना प्रेमानं जवळ घेऊन विचारलं, "बाळा, अरे तुला अंधाराची, साप-विंचवाची भीती नाही का रे वाटली?"

ते म्हणाले, "त्यात काय भ्यायचं?"

सातव्या वर्षापासून महाराज गावातल्या शाळेत जाऊ लागले. तिथे अक्षरओळख झाली. आता ते सुंदर, वळणदार, घोटीव अक्षर काढून लिहायला, वाचायला शिकले. पाढे पाठ झाले. अंकगणितातील बेरीज, वजाबाकी, गुणाकार, भागाकार चुटकीसरशी करू लागले. गुरुजींजवळ होतं तेवढं सामान्य ज्ञानही देऊन झालं. शेवटी गुरुजी म्हणाले, "माझ्याजवळ होतं तेवढं सगळं ज्ञान तुला देऊन झालं." इकडे आजोबांच्या हाताखाली कुलकर्णीपणाचं शिक्षण बघून बघून होतच होतं.

अध्यात्मविद्या ही सर्वांत कठीण, गूढ आणि भावभोळ्या भक्तीनं साध्य होणारी असली, तरी अत्यंत तर्कशुद्ध विद्या आहे. त्यामुळे बहुतेक सगळ्या संतांची, योग्यांची चरित्रं पाहिली, तर आपल्या लक्षात येतं, की हे लोक प्रखर बुद्धिमान असतात. महाराजही तसेच होते.

हे शिक्षक जरा अति व्यवहारी होते. माणसानं ही व्यावहारिक विद्या घ्यावी, आपला व्यवसाय करावा, उत्तम ऐहिक प्रगती करावी यापुढे त्यांची कल्पनाशक्ती जात नसे. देवाचं नाव घेत बसणं त्यांना इतकं मान्य नव्हतं. पण महाराजांनी तर अल्पकाळातच सगळी ऐहिक विद्या शिकून घेतली होती. एकीकडे मुंजीनंतर पुरोहितांकडून सगळं ब्रह्मकर्म शिकून झालं, तर दुसरीकडे शाळेत गुरुजींकडून जीवनोपयोगी ऐहिक विद्या शिकून झाली.

या छोट्या मुलानं आता करावं तरी काय?

मग त्यांनी शाळेतल्या मुलांना आपल्याबरोबर घेऊन खेळ खेळणं सुरू केलं. दिवसभर मुलं विटी-दांडू खेळत, घोड्यावर बसत, झाडावर चढत, माशासारखे पोहत आणि आजूबाजूच्या फळांवर ताव मारत. शाळा ओस पडू लागली.

मध्येच शाळेत जाऊन महाराज मुलांना 'श्रीराम समर्थ' असं गिरवायला सांगत आणि मुलं तेच गिरवत. मधूनच भजन करीत. एकदा तर दिलेले धडे गिरवायचे सोडून 'श्रीराम, श्रीराम' लिहिल्याबद्दल सगळ्या मुलांना गुरुजींनी छड्या मारल्या. पण मुलं महाराजांचंच ऐकत.

दुसऱ्यांवर प्रभाव पाडणारं व्यक्तिमत्त्व महाराज घेऊन आले होते. पुढे त्यांचा लोकसंग्रह फार मोठा होणार होता याची ही प्रसादचिन्हंच होती.

पण गुरुजी मात्र या प्रकाराला कंटाळले. हे श्रीरामाचं वेड मुलांना लावणं त्यांना मान्य नव्हतं. त्यांनी गाव सोडून जायचं ठरवलं. सगळं सामान गाडीत भरलं. निघताना महाराज त्यांच्याजवळ आले. आपल्या गोड आवाजात म्हणाले, ''अण्णा! श्रीरामाचा एवढा द्वेष बरा नाही. अजूनही त्याचं नाव घ्या. तो दयाळू आहे. तुमचं कल्याण करील.''

सहा-सात वर्षांच्या एका मुलानं आपल्या शिक्षकांना हे सांगणं हा खरं म्हणजे लहान तोंडी मोठा घास झाला असता, पण महाराजांचा अधिकारच वेगळा होता. ते साक्षात हनुमंतांचे, समर्थ रामदास स्वामींचे अवतार मानले जातात. म्हणून त्यांच्या या उपदेशानं गुरुजींच्या डोळ्यात पाणी आलं. 'श्रीराम, श्रीराम' ते म्हणाले आणि गाडी निघाली.

समर्थ रामदासांचे दोन अवतार मानले जातात. एक गजानन महाराज आणि दुसरे गोंदवलेकर महाराज! ही जनमानसातली श्रद्धा आहे. याला पुरावा असा देता येणार नाही.

गजानन महाराज १९१०मध्ये गेले. त्यांचा जन्मदिनांक माहीत नाही. गोंदवलेकर महाराज १८४५मध्ये जन्मले आणि १९१३मध्ये गेले. म्हणजे दोघांचा कार्यकाल अंदाजे एकच होता. पण गजानन महाराज हे अवलिया होते. त्यांनी फार उपदेश केला नाही, प्रवचनं दिली नाहीत. लोकांपासून फटकून राहण्याचा त्यांचा स्वभाव होता. पण अंत:करणातल्या अत्यंत करुणेमुळे त्यांचा लोकसंग्रह झाला. त्यांनी थोडक्यात आपल्या वर्तनातून किंवा फक्त आपल्या भक्तालाच कळेल अशा भाषेत जे सांगितले त्याप्रमाणे आचरण करता येतं. पण त्यांच्याप्रमाणे आचरण सामान्य माणसाला शक्य नाही.

प्रपंचात राहून परमार्थ कसा साधायचा हे गोंदवलेकर महाराजांनी दाखवून दिलं. ते प्रापंचिक होते. आपल्या प्रवचनांमधून त्यांनी लोकांना उपदेश केला. लोकसंग्रह केला. हा या दोघांमधला फरक होता. पण गजानन महाराजांनी आपल्या शिष्याला समर्थ रामदासांच्या रूपात दर्शन दिलं आणि गोंदवलेकर महाराजांनी तर समर्थांच्या रामोपासनेचा प्रसार केला. दासबोधाचं महत्त्व वाढवलं. कदाचित म्हणून या दोघांना समर्थ रामदासांचा अवतार मानत असावेत. पण वर म्हटल्याप्रमाणे ही श्रद्धा आहे. याला पुरावा नाही.

महाराजांचं शालेय शिक्षण संपलंच होतं. घरी बसून ते सतत खोड्या करायचे. गोपींनी कृष्णाच्या तक्रारी कराव्यात, तसे लोक त्यांच्या तक्रारी घेऊन गीताबाईंकडे येऊ लागले. शेवटी त्यांनी ठरवलं, याला दिवसभर गुंतवलं पाहिजे. त्यासाठी त्यांना गायी-गुरांना चरायला नेण्याचं काम दिलं.

आता तर काय, गावाबाहेर त्यांना पूर्ण मोकळीक मिळाली. गुरं चरायला सोडून सगळ्या मुलांना जमवून ते भजन करीत. दगडाचे देव आणि काठ्यांची खोटीखोटी वीणा घेऊन देवपूजा करीत. इकडे गुरं कुठेही जात. मग लोकांच्या वेगळ्या तक्रारी सुरू झाल्या. 'आज आमचा ऊस मोडला', 'आमचा जोंधळा खाल्ला'.

आता वैतागलेल्या गीताबाईंनी हातात काठीच घेतली. त्या मारायला धावल्या, तसे महाराज पळू लागले. या प्रकारात त्या धडपडून पडल्या. मग मात्र महाराजांना वाईट वाटलं. गीताबाई त्यांना जवळ घेऊन म्हणाल्या, ''गणू बाळा, असं का वागतोस? तू जर चांगलं वागलास ना, तर मी एक लाख रामनाम घेईन.''

हे ऐकून महाराज म्हणाले, ''आई, आता तू बघच. आता माझी एकही तक्रार येणार नाही.''

तेव्हापासून महाराजांच्या वृत्तीत फरक पडला. ते पहाटे उठून नदीवर जाऊन स्नान करून दोनेक तास तिथेच जप करीत. देवाची पूजा करीत. ध्यान करीत.

आत अखंड अनुसंधान जन्मापासून होतंच! ते आता प्रत्यक्ष दिसू लागलं.

चरित्रबोध

वेद-उपनिषदादि ग्रंथांमधून ज्ञानाने जे साध्य होते, ते सारे नामाभिधानाने साध्य होते.

सद्गुरूंच्या शोधात

गुरुविण कोण दाखवील वाट?

महाराज रामभक्त असले, तरी त्यांच्या खोड्या कृष्णासारख्या होत्या. त्या आता थांबल्या. पण त्यांना आता आपल्या कार्यासाठीच्या पूर्वतयारीची जणू ओढ लागली होती. परमेश्वराच्या दर्शनाची, त्याच्या अनुभूतीची ओढ त्यांना लागली. गावातल्या मारुतीमंदिरात अनेक यात्रेकरू, बैरागी, वारकरी, गोसावी येत. त्यांना भेटून महाराज ईश्वराबद्दल प्रश्न विचारीत. काही खरे, काही खोटे लोक कशीही उत्तरं देत. आपापल्या कुवतीनुसार देत. सगळेच काही साधक, तपस्वी नसत. पण एक सच्चा साधक, खरा विरक्त रामदासी त्यांना भेटला. ते सकाळी पूजा, ध्यान, जप यांत मग्न असत. संध्याकाळी रामायण सांगत. कीर्तन करीत. महाराजांनी त्यांनाही विचारलं, ''देवाचं दर्शन कसं होईल? तुम्हाला झालंय का?''

''मला नाही झालं, बाळा!'' त्यांनी प्रामाणिक उत्तर दिलं आणि पुढे हेही सांगितलं, ''सद्‌गुरू भेटल्यावाचून तळमळणारा जीव शांत होत नाही. आपल्या साधनेला योग्य दिशा द्यायला सद्‌गुरू हवेत.''

हे ऐकल्याबरोबर त्यांच्या मनात विचार येऊ लागले. 'सद्‌गुरूंची प्राप्ती कशी होईल?' खूप विचार केल्यावर त्यांना वाटलं, की असं घरी बसून नक्कीच होणार नाही. सद्‌गुरुप्राप्तीसाठी घर सोडून बाहेर पडून गुरूंचा शोध घेतला पाहिजे.

पण वय तसं लहान होतं. त्यांनी आपल्या बालमित्रांपैकी दोघांना हा विचार सांगितला. एक त्यांचा चुलत भाऊ दामोदर आणि दुसरा वामन म्हासुर्णेकर! यांचा महाराजांवर पूर्ण विश्वास. खरं तर यांना काही सद्‌गुरू वगैरे मिळवण्याची ओढ नसावी, ना ईश्वराच्या दर्शनाची खास इच्छा! पण ईश्वरापेक्षा विश्वास होता गणूवर!

‘गणू कधी चुकत नाही. तो म्हणतोय ना, गुरू शोधायला हवेत; मग शोधू या.’ म्हणून ते दोघे महाराजांबरोबर यायला तयार झाले. घरातल्या मोठ्या माणसांना याची सुतराम कल्पना नव्हती.

ठरलेल्या दिवशी पहाटे तीनच्या आसपास उठून नदीवर ही मुलं एकत्र भेटली आणि निघाली.

नऊ-दहा वर्षांची कोवळी मुलं. समृद्ध घरातली. ना कधी भुकेचा अनुभव घेतलेला, ना कष्टांचा! बरं, जायचं कुठे? गुरू कुठे भेटतील हे माहीत कुठे होतं? आईने, आजीने सांगितलेल्या गोष्टींत हिमालयातल्या साधूंबद्दल ऐकलंही असेल. पण तो खूपच लांब... आपल्या कल्पनेच्या बाहेर आहे हे त्याही वयात कळलं असेलच की! त्यातल्या त्यात जवळ आणि तीर्थक्षेत्र म्हणता येईल असं शहर म्हणजे कोल्हापूर.

मुलं अंदाजानं त्या दिशेनं निघाली. तिघांची कोवळी पावलं काट्याकुट्यांतून, धूळ-मातीतून चालत होती. कुठल्यातरी नदीत, ओहोळात अंघोळ करावी; अंगावरची लंगोटी, सदरा उन्हात वाळवावा आणि चालणं सुरू. या मुलांच्या घरी साक्षात अन्नपूर्णा नांदत होती. तहानलाडू, भूकलाडूंनी डबे भरलेले असणार. चुरमुरे, फुटाणे, शेंगदाणे तर फडताळावर सदैव असणार. सुग्रास, गरमगरम, सात्त्विक स्वयंपाक करून आई प्रेमानं जेवू घालत असणार. अशा मुलांना सूर्य मस्तकावर येईपर्यंत उपाशी-तापाशी चालणं किती जड गेलं असेल! दुपारी एखाद्या गावात जायचं आणि माधुकरी मागायची. तो काळ अतिथीला विन्मुख पाठवणारा नव्हता आणि अन्नदानाची महती जनमानसात दृढ होती, हे खरं! पण माधुकरी मागणाऱ्या मुलांना वेगवेगळ्या घरांचे वेगवेगळे अनुभव येतच असतील की! कुणी प्रेमानं देत असेल, कुणी अपमान करीत असेल. नित्यनियमाने भरभरून अन्नदान करणाऱ्या आणि पूर्ण गावाला पोसू शकणाऱ्या कुलकर्णी घराण्यातला हा मुलगा आहे हे कुणाला कळणार? मारुती मंदिरामध्ये बसून माधुकरीचं अन्न खाता खाता असे लोकांचे असलेले अनुभवही महाराजांनी पचवून टाकले असतील.

शेवटी ते कोल्हापूरला पोहोचले. अंबाबाईच्या दर्शनाला गेले. महाराजांनी देवीचं ते तेजस्वी रूप डोळे भरून पाहिलं. ती जगज्जननीही मोठ्या वात्सल्याने या बाळाकडे पाहत होती. सनातन सत्य धर्मातील कर्मकांडं हळूहळू लोकांना जड जाऊ लागली होतीच. यज्ञयाग यासाठी अपार धन आवश्यक असतं. लोकांना

ईश्वरप्राप्तीचा साधा, सोपा, बिनखर्चाचा मार्ग दाखवणं आवश्यक होणार आहे आणि हा बाळच ते कार्य करणार आहे, हे तिला माहीत होतं. दर्शन झाल्यावर महाराज जवळच्याच एका धर्मशाळेत राहिले.

आईच्या आश्रयाला आलेलं हे लेकरू! त्याला आई उपाशी थोडीच ठेवणार? मंदिरात दर्शनाला आलेल्या लोकांना महाराजांच्या बालमूर्तीकडे पाहून काय वाटायचं कुणास ठाऊक! पण गोरंपान, राजस रूप आणि चेहऱ्यावर तेज बघून लोक भारावून जात. कुणी त्यांच्या गळ्यात हार घाली, नमस्कार करी. कुणी त्यांच्यापुढे मिठाई, फळं, पक्वान्नं ठेवत. 'योगक्षेमं वहाम्यहम्' या आपल्या वचनाप्रमाणे आपल्यासाठी गृहत्याग करून निघालेल्या या बाळाचा योगक्षेम ईश्वर चालवत होता.

महाराज तर तेव्हाही नामस्मरणात मग्न होते. सद्गुरू कुठे, कसे, कधी भेटतील याचा विचार करीत होते. पण ना खेळणं, ना घर, ना सवयीचं गाव. यामुळे दामू कंटाळला आणि 'गणू, मी जातो गड्या घरी' असं म्हणून तो घरी जाण्यासाठी निघाला.

इकडे गोंदवल्याला अर्थातच मुलं नेहमीच्या वेळी घरी न आल्यामुळे सगळे चिंतेत होतेच. पहिल्याच दिवशी जसजशी रात्र वाढत चालली, तसतशी घरच्या लोकांची काळजी वाढत चालली. गीताबाईच्या हातापायांतलं बळच सरत चाललं. दामू आणि वामनही नाहीत हे कळल्यावर आणखी गोंधळात पडले सगळे! चारी दिशांना मुलांना शोधायला माणसं पाठवली. आठ-दहा दिवस शोध सुरू होता. अजून एकदोन दिवस गेले आणि बारा दिवसांनी दामू गोंदवल्याला परत आला.

देव दिसावा तसे सगळे त्याच्याकडे धावले. शंभर प्रश्नांची सरबत्ती झाली आणि शेवटी सगळं कळलं. महाराज आणि वामन कोल्हापूरच्या धर्मशाळेत सुखरूप आहेत आणि त्यांच्या खाण्यापिण्याचे बिलकूल हाल होत नाहीयेत हे कळल्यावर थोडं हायसं झालं. पण आता मुलांना परत घेऊन यायला रावजी स्वतः निघाले.

इकडे कोल्हापुरात महाराजांच्या मागे एक भिकारी सारखा काहीतरी मागत फिरत होता. आता स्वतः नऊ वर्षांचं लहान मूलच ते. घरदार सोडून आलेलं. काय देणार भिकाऱ्याला? पण घरचे संस्कार आणि कुणाला विन्मुख न पाठवण्याचा मूळचा स्वभाव. शिवाय सतत मागेमागे येणाऱ्या त्या भिकाऱ्याची कटकटही वाटू लागली होती. मग महाराजांनी कानातली सोन्याची भिकबाळी खसकन ओढून काढली. कान फाटला, रक्त येऊ लागलं; पण त्याची पर्वा न करता भिकबाळी भिकाऱ्याला देऊन महाराज पुन्हा जप करीत बसले.

हा सगळा प्रकार एका घोडागाडीत बसलेला एक माणूस पाहत होता. त्याला या मुलाचं कुतूहल वाटलं. 'चेहऱ्यावरून मोठ्या घरचा, बुद्धिमान, तेजस्वी दिसतोय. धर्मशाळेत का आहे मग?'

तो माणूस म्हणजे कोल्हापूरचे राजगुरू सिद्धेश्वर! मोठ्या जहागिरी होत्या त्यांच्याकडे. संस्थानात मान होता. मोठे सात्त्विक, धर्मनिष्ठ होते ते. पण पोटी संतान नव्हती. एखाद्या उत्तम कुळातल्या मुलाला दत्तक घ्यावं असा त्यांचा विचार चाललेला होता. पण 'राजगुरूं'च्या घरात, त्यांचा वारसदार म्हणून येणाऱ्या मुलाबद्दल त्यांचे निकष कडक असणारच. एखाद्या चांगल्या घराण्यातल्या आणि अंगी उत्तम गुण असलेल्या हुशार मुलाच्या ते शोधात होते. त्यांना महाराज दिसले. आदर्श मुलगा आणखी काय वेगळा असणार? त्यांनी महाराजांना आणि वामनला आपल्या घरी नेलं. पत्नीला मनातल्या हेतूची कल्पना दिली.

महाराजांकडे बघून त्यांच्या पत्नीच्या मनातलं वात्सल्य जागं झालं. यशोदेप्रमाणेच पोटच्या नसलेल्या या बाळाला त्यांनी प्रेम द्यायला सुरुवात केली. सिद्धेश्वरांच्या घरात लक्ष्मी नांदत होतीच आणि त्यांच्या पत्नीच्या अंतःकरणात आईची माया! आता महाराजांचे विलक्षण लाड सुरू झाले. स्नानाला गरम पाणी, जेवायला सात्त्विक आणि ताजं अन्न, मिष्टान्नांसह! झोपायला उबदार मऊ गादीचा पलंग. इच्छा व्यक्त केली, की लगेच पुरी होईल अशी स्थिती! वामनला मात्र अशी खास वागणूक नव्हती. पण तोही तिथे राहत होता.

लहान मुलं कितीही आमिषं दाखवली, तरी स्वतःच्या आईवडिलांना सोडायला तयार नसतात हे खरं; पण महाराजांनी तर आईवडिलांचाही मोह सोडला होता.

'देवाच्या सख्यत्वासाठी। पडाव्या जिवलगांशी तुटी' हे समर्थ वचन त्यांनी लहान वयातच जगून दाखवलं; पण ज्याला हे रेशीमबंध बांधू शकले नाहीत, त्याला ऐशआरामाचा काय मोह पडणार?

महाराज धर्मशाळेतही नामस्मरण करीत होते, आणि महालातही नामच घेत होते. मनोमन प्रार्थना होती, 'रामराया, लवकरात लवकर सद्गुरूंची भेट घडवून द्या.'

पण अजून ती वेळ आली नव्हती. दामूच्या सांगण्यावरून कोल्हापूरला आलेल्या रावजींना इथे आल्यावर पुढची हकीकत कळली आणि ते सिद्धेश्वरांकडे आले. आता खऱ्या पित्याच्या परवानगीने महाराजांना रीतसर दत्तक घेऊ असा विचार सिद्धेश्वरांच्या मनात आला. त्यांनी रावजींची खूप मनधरणी केली. पण

स्वत:च्या पोटचा गोळा, तोही इतका गुणी, घरी समृद्धी भरून वाहतेय; अशा वेळी कोणता पिता आपला मुलगा दुसऱ्याला द्यायला तयार होईल? रावजींनी अर्थात नकार दिला आणि सिद्धेश्वरांचा नाईलाज झाला. जड अंत:करणानं त्यांनी महाराजांना निरोप दिला.

रावजी, वामन आणि महाराज तिघे गोंदवल्याला परत आले. गीताबाईंनी महाराजांना पोटाशी घट्ट धरलं. डोळ्यांतून अश्रूंच्या धारा वाहत होत्या. लिंगोपंतांनी विठ्ठलाला हात जोडले. राधाबाईंनी देवासमोर साखर ठेवली.

हळूहळू दिवस पूर्वीसारखे सुरू झाले.

चरित्रबोध

प्रसंगी आपले ध्येय साध्य झाले नाही, तरी निराश होऊ नये. उपासना करीत राहावे.

प्रापंचिक, तरी परिव्राजक

पण महाराज आता पूर्वीसारखे राहिले नव्हते. ज्यांनी विशिष्ट कार्यासाठी जन्म घेतलेला असतो, त्यांना ईश्वर वारंवार त्याची आठवण करून देत असावा जणू... मग त्यांना सर्वसामान्य सुखी आयुष्य रमवू शकत नाही. त्यांचं अवकाश घरट्यापुरतं नसतं. त्यांना खऱ्या अवकाशाची ओढ असते. महाराजांचं असंच झालं होतं. ते आता खूप अंतर्मुख झाले. सतत नामस्मरणात मग्न राहू लागले. ध्यानात मग्न राहू लागले. खोड्या जाऊ देत; त्यांना गप्पा, थट्टामस्करी यांतही तेवढ्यापुरताच रस वाटायचा. लगेच ते चिंतनात मग्न व्हायचे.

लिंगोपंतांच्या नजरेतून ही गोष्ट सुटली नाही. अशा वेळी मोठी माणसं जो विचार करतात, तोच त्यांच्या मनात येऊ लागला. कांचनाचा मोह वाटला नाही, तरी सुस्वभावी कांतेच्या प्रेमपाशात अडकला नाही असा माणूस विरळा. त्यामुळे आपल्या नातवाला विवाहबंधनात अडकवण्याचा निर्णय त्यांनी घेतला.

आता गोंदवल्याच्या कुलकर्णींच्या नातवाचं स्थळ म्हटल्यावर त्याच्यावर अनेकांचं लक्ष असणारच! नवव्या वर्षापासूनच मुली सांगून येत होत्या महाराजांना. आता लिंगोपंतांनी उघडपणे 'नातवास यंदा कर्तव्य आहे' हे सांगितल्यावर अनेक जणांकडून प्रयत्न सुरू झाले. त्यांपैकी संभाजी मल्हार गोडसे या गृहस्थांच्या मुलीचं स्थळ सर्वांना पसंत पडलं. गोडसे खातवळ गावचे कुलकर्णी होते. श्रीमंत, समृद्ध, सुसंस्कारी आणि धार्मिक कुटुंब! खातवळ गोंदवल्यापासून जवळच.

गोडसेंच्या घरातलं हे पहिलंच कार्य. लिंगोपंतांच्या घराण्यातलं शेवटचं. दोन्ही घराणी मातब्बर. त्यामुळे लग्नाचा थाट काय विचारावा! आठ दिवस लग्न

चाललं होतं. पंक्तीवर पंक्ती उठत होत्या. सोन्यामोत्यांनी, शालू पैठण्यांनी नटलेल्या स्त्रियांची लगबग चालू होती. लग्नाचं सूप वाजलं, पण लोकांच्या तोंडी अजून या सोहळ्याच्याच कथा होत्या.

लग्नानंतर लिंगोपंत स्वतः साऱ्या कुटुंबाला आणि मुख्य म्हणजे नवदांपत्याला घेऊन पंढरीला गेले. पांडुरंगाच्या पायांवर या छोट्या दांपत्याला घातलं. सारं कसं सुखाचं झालं.

पण आता लिंगोपंत आणि त्यांच्या पत्नीला वाढतं वय जाणवत होतं. दिव्यातलं तेल संपत आलं होतं. काही काळानंतर महाराजांची आजी राधाबाई थोडासा ताप येण्याचं निमित्त होऊन गेल्या. त्यांच्यापाठोपाठ लिंगोपंतही गेले. महाराजांच्या आयुष्यातलं मोठं पर्व संपलं. घरातलं चैतन्य हरवलं. रावजी प्रपंच नीट पाहत होते खरे, पण कर्तव्याचा भाग म्हणून गरजेपुरते. त्यांचा बाकी सगळा वेळ जपामध्ये, ध्यानधारणेत जाई. आई घरातली जबाबदारी सांभाळण्यात मग्न. आजी-आजोबांविना महाराजांना घर सुनं-सुनं वाटू लागलं. परमार्थाची ओढ अधिकच वाढली. जन्ममृत्यूचा अर्थ जाणून घ्यावा ही इच्छा आणि ज्ञानासाठी तळमळ होऊ लागली. त्या काळच्या पद्धतीप्रमाणे लग्न झाले, तरी पत्नी बहुधा माहेरीच राहत असे.

महाराजांना पुन्हा सद्गुरूंचा शोध घ्यायचा होता. पण मागच्या वेळी आईवडिलांना, आजी-आजोबांना झालेला त्रास त्यांना जाणवला होता. म्हणून या वेळी ते आईशी बोलले. तिला सांगून घरातून बाहेर पडले. शेवटी आईवडीलच ते! त्यांना मुलाची तळमळ जाणवली. त्यांनी आशीर्वाद दिला आणि महाराज सद्गुरूंच्या शोधासाठी पुन्हा घराबाहेर पडले.

या भ्रमंतीमध्ये महाराजांनी अनंत प्रकारचे लोक पाहिले. संन्यासी, साधक, प्रापंचिक, श्रीमंत, गरीब असे सगळ्या प्रकारचे लोक पाहिले. वेगवेगळे प्रांत, वेगवेगळे रीतीरिवाज पाहिले.

सांगली जिल्ह्यातल्या 'हरिपूर' या गावी महाराज आले. तिथे एक महान साध्वी राहत होती. तिने त्यांना मिरजेला आण्णाबुवा यांच्याकडे पाठवलं. तिथून ते अक्कलकोटला स्वामी समर्थांकडे गेले. त्यांनी महाराजांना प्रेमानं कुशीत घेतलं, पण 'तुझं काम माझ्याकडे नाही' असं सांगितलं. स्वामींनी त्यांना डाळिंबाच्या दाण्यांनी भरलेलं ताट दिलं. त्यातले थोडे दाणे प्रसाद म्हणून घेऊन थोडे दाणे महाराजांनी

वाटून टाकले. ईश्वराकडून मिळणारा प्रसाद असा वाटण्यासाठीच ते या जगात आले होते ना...!

महाराज तिथून हुमणाबादला माणिकप्रभूंकडे गेले. भावाचे स्वागत करावे, तसे त्यांनी महाराजांचे स्वागत केले. दोघांना एकमेकांकडे बघून प्रेमाचे भरते आले. थोडे दिवस ते तिथे राहिले. मग 'योग्य वेळी तुझे काम होईल' असे सांगून माणिकप्रभूंनी त्यांना निरोप दिला.

ती योग्य वेळ येणार केव्हा? काही कळत नव्हतं. भ्रमंती चालूच होती. जिथे जिथे म्हणून संत, महंत, योगी आहेत असं कळेल, तिथे तिथे ते जात होते. या काळात कदाचित त्यांनी काही भोंदू साधू पाहिले असतील. साधकाने कसे नसावे याचे पाठ त्यांना मिळाले असतील. काही चांगले, काही खूपच उच्चावस्थेतले साधू त्यांनी पाहिले असतील. कितीतरी घरी माधुकरी मागताना त्यांनी जनजीवन पाहिलं असेल. प्रापंचिक लोकांची सुखदु:खं पाहिली असतील. आध्यात्मिक साधना हा तर एक मुख्य भाग असतोच. पण दैनंदिन जीवनही आपल्याला काही शिकवतंच ना! त्यांनाही शिकवलं असेल. त्यांची योग्यता न कळल्याने कुणी अपमान केला असेल. कुणी लबाड माणसानं जाळ्यात पकडण्याचा प्रयत्न केला असेल. कुणी भाबडी माणसं हा आपल्या सगळ्या समस्या सोडवील म्हणून विसंबली असतील. हे सगळं अंतर्मनानं टीपकागदासारखं टिपून महाराजांनी स्वत:ला किती घडवलं असेल!

योग्य वेळ आली, की सद्‌गुरू भेटतातच. नंतर ते शिष्याला ज्या प्रकारचे कार्य करायचे आहे, त्यासाठी तयार करतात. आपल्या मुशीतून घडवतातच. पण तोवर शिष्यांनंही स्वत:ला किमान पात्रतेपर्यंत आणावं लागतं. स्वत:च स्वत:चा विकास करत राहावं लागतं. महाराजांचा हा कालखंड असा स्वत:च स्वत:ला घडवण्याचा होता.

याच काळात त्यांना कळलं, की अबूच्या पहाडामध्ये कुणी एक योगी राहतो. महाराज तिकडे निघाले. तो काळ डोळ्यांसमोर आणला, तर महाराजांनी केवढे कष्ट घेतले, हे लक्षात येतं. त्या काळात प्रवासाची साधनं कमी होती आणि महाराजांकडे पैसे वगैरे नसणारच. त्यामुळे हुमणाबादहून निघाल्यानंतर फिरत फिरत 'माउंट अबू' म्हणजे राजस्थानात जाणं सोपं नव्हतं. पण सद्‌गुरुप्राप्तीच्या आशेने महाराज तिथे गेले. अत्यंत दाट जंगले, क्रूर श्वापदांनी भरलेला तो भाग! पण आध्यात्मिक वाटेवरचा माणूस योद्धाच असतो. भक्तीच्या, साधनेच्या साहाय्यानं त्यानं भीतीशी

युद्ध करून तिला जिंकलेलं असतं. भगवंतांनी गीतेच्या सोळाव्या अध्यायात दैवी गुणांच्या यादीत 'अभय' हा गुण सांगितला आहे. महाराजांनी त्या योग्याची गुहा शोधून काढली. गुहेत सुरुवातीला अंधार असला, तरी नंतर थोडा उजेड होता. चबुतऱ्यावर योगिराज ध्यानस्थ बसले होते. महाराज समोर नुसतेच उभे राहिले. योगिराजांनी डोळे उघडल्यावर आश्चर्यानं विचारलं, ''अरे, इतका लहान आहेस तू आणि इथे कसा आलास?''

''आपल्या दर्शनासाठी आलो.'' महाराज म्हणाले.

योगिराजांनी त्यांना आपल्याजवळ बसवून घेतलं. आपल्या जवळची योगविद्या त्यांना शिकवली. त्यांच्याजवळची विद्या संपली. मग महाराजांना त्यांनीही सांगितलं, ''मी ही विद्या तुला दिली, पण मी तुझा सद्‌गुरू नाही.''

एखादी विद्या शिकवणं आणि एखाद्याचं सद्‌गुरुपद स्वीकारणं यात फरक आहे. असं म्हणतात, एकदा तुम्ही एखाद्याला शिष्य म्हणून स्वीकारलं, की त्यांच्या संपूर्ण आयुष्याची आणि मृत्यूनंतर पुढच्या अनेक जन्मांची, जोवर त्या जीवाला मोक्ष मिळत नाही तोपर्यंतची सारी जबाबदारी सद्‌गुरूंची असते. म्हणून कुणीही कुणाचेही सद्‌गुरू होत नाही.

अबूच्या पहाडावरून महाराज काशीला गेले.

काशी! साक्षात विश्वनाथ आणि अन्नपूर्णेची नगरी! विद्वत्ता, कला, साधना, तंत्रसाधना, वस्त्रपरंपरा, कर्मकांडविषयक ज्ञान... काय नाही तिथे?

तिथे तेलंगस्वामी नावाच्या सत्पुरुषाची आणि महाराजांची भेट झाली. विलक्षण विरक्त, योगाभ्यासाने पूर्णपदाला पोहोचलेले! ते अवधूत वृत्तीचे होते. महाराजांना त्यांनी आपल्याजवळ ठेवून घेतले. ते बरेच दिवस मौनात असत. एकदा ते तापत्या वाळूमध्ये, बिछान्यावर पडावं तसे अगदी शांतपणे पडले होते. महाराजांनी त्यांना उचलून खोलीमध्ये आणलं. पण ते पुन्हा तसेच वाळूत जाऊन निजले. असं दोनतीनदा झाल्यावर महाराजांनी त्यांना आत आणून बाहेरून कुलूप लावलं. पण महाराज थोड्या वेळाने पाहतात, तर काय! खोलीला कुलूप तसंच आणि योगिराज पुन्हा वाळूवर! ही विद्या दाखवून त्या तेलंगस्वामींनी महाराजांना आशीर्वाद दिला आणि हिमालयात जायला सुचवलं. काशीमध्येच सहाही शास्त्रांचा अभ्यास असणाऱ्या आणि मंत्रविद्या जाणणाऱ्या एका संन्याशांनी महाराजांना मोठ्या प्रेमाने नमस्कार केला आणि निरोप दिला.

काशीहून महाराज अयोध्येला आले. तिथून नैमिषारण्यात गेले. तिथे एका गुहेमध्ये एक मोठी धुनी पेटली होती. भोवती सात आसनं होती. त्यातल्या सहा आसनांवर सहा योगी ध्यान करीत होते. महाराज आत गेल्यावर त्यातल्या एका योग्याने डोळे उघडून त्यांना सातव्या आसनावर बसण्याची खूण केली. महाराज बसले आणि ध्यान करू लागले. हे योगी कोण होते, इथे काय घडलं याचा तपशील उपलब्ध नाही. पण महाराज इथे महिनाभर राहिले होते.

तिथून ते बंगालमध्ये आले. श्रीरामकृष्ण परमहंसांना भेटले. त्यांनीही महाराजांना पोटाशी धरलं आणि म्हणाले, ''तू स्वतःचा खून कर. मारून टाक स्वतःला.''

स्वतःचा खून करणं याचा अर्थ 'मी'पणा पूर्णपणे घालवून टाकणं. अहंकार संपवून टाकणं.

तिथून ते हैद्राबादमध्ये आले. एका नदीकाठी बसले असताना त्यांच्या मनात विचार आला, 'इतके अधिकारी पुरुष पाहिले, पण सद्‌गुरू भेटले नाहीत. आता दक्षिण भारत पालथा घालावा. कधी ना कधी या सगळ्या सत्पुरुषांचे आशीर्वाद फळाला येतीलच.'

ते असा विचार करीत असताना श्रीसमर्थ संप्रदायातले एक मोठे सत्पुरुष श्रीरामकृष्ण तिथे प्रकट झाले. त्यांना महाराजांनी साष्टांग नमस्कार घातला. तेव्हा ते म्हणाले, ''बाळ, येहळेगावच्या तुकाराम चैतन्यांकडे जा. तिथे तुझं काम होईल.'' हे बोलून ते अदृश्य झाले.

सहज मनात येतं, महाराज महाराष्ट्रातले. येहळेगाव हे महाराष्ट्रातल्याच मराठवाड्यातलं गाव. मग सद्‌गुरूंची आणि त्यांची भेट आधी का नाही झाली? पूर्ण उत्तर भारत फिरून आल्यावर, अनेक योगी, संन्यासी यांच्याजवळ राहिल्यानंतर मग त्यांना हा मार्ग का मिळाला?

हे बहुतेक सगळ्याच थोर पुरुषांच्या बाबतीत घडलेलं आहे. गुरुशोधार्थ देश-प्रदेश पालथे घातल्यानंतर विविध मार्गांच्या संन्यासी लोकांना भेटल्यानंतर मगच त्यांना आपले सद्‌गुरू भेटले. महाराजांच्या जन्मापासून ते नामप्रेमी होते. नामस्मरण हा एक आणि एकमेव मार्ग त्यांनी भक्तांना उद्धारासाठी सांगितला. तरी त्यांना इतक्या ठिकाणी नियतीने का फिरवलं?

अशा महान सत्पुरुषांना भेटण्यासाठी पुढे अनेक प्रकारचे लोक येतात. विविध संप्रदायांतले, विविध प्रवृत्तींचे लोक येतात. त्यांना मार्गदर्शन करण्यासाठी त्या सर्व

साधनमार्गांतलं ज्ञान स्वत:ला असायला हवं. म्हणून विविध पद्धतींच्या साधना ईश्वर त्यांच्याकडून करवून घेतो आणि मग सर्व मार्गांचं गंतव्य स्थान किंवा सर्व साधनांचं फळ एकच आहे हे त्यांना कळतं.

गोंदवलेकर महाराजांच्या एका प्रवचनात त्यांनी म्हटलं आहे, 'योगसाधनेने जे फायदे मिळतात, ते सर्व फायदे फक्त नामस्मरण करूनही मिळतात. योगसाधनेचा भरपूर अभ्यास त्यांनी केला होता म्हणूनच ते हे ठामपणे म्हणू शकले. म्हणूनच इतक्या विविध ठिकाणी, विविध संतांकडचे महाराजांचे फिरणे व्यर्थ गेले नव्हते. त्यांच्या पुढील कार्यासाठी ते आवश्यकच होते.

आता मात्र मार्ग लख्ख उजळून निघाला होता. कुठे जायचं ते कळलं होतं. महाराज येहळेगावला तुकाराम चैतन्य यांच्या दर्शनाला निघाले. सद्गुरूंच्या ओढीनं पावलं जरा वेगानं पडत होती.

चरित्रबोध

आपले सद्गुरू कोण आणि त्यांच्या भेटीची वेळ कोणती हे नियतीने आधीच ठरवलेले असते.

गुरू परमात्मा परेशु

हे 'तुकाराम चैतन्य' होते तरी कोण? महाराष्ट्रात मराठवाड्यातल्या नांदेडपासून बऱ्याच अंतरावर, खूप आत येहळेगाव हे एक छोटंसं खेडेगाव होतं. तिथे काशिनाथपंत आणि त्यांची पत्नी पार्वती राहत होते. काशिनाथपंत मोठे तपस्वी होते. योगाचीही त्यांना पूर्ण माहिती होती. पत्नी पार्वतीही पतिव्रता आणि तपोनिष्ठ! अनेक वर्षं त्यांना मूलबाळ नसल्यानं पार्वतीनं कठोर तपाचरण सुरू केलं. दत्त अवधूत हे तिचं उपास्य दैवत.

तीन वर्षांच्या कडक उपासनेनंतर पार्वतीला दृष्टान्त झाला, की दत्तप्रभू अंशरूपाने आपल्या पोटी येणार आहेत. त्याप्रमाणे खरोखरच फाल्गुन वद्य पंचमी शके १७३४ म्हणजे मार्च १८१३ला तिच्या पोटी एका दैवी बालकाचा जन्म झाला. त्याचं नाव ठेवलं 'तुकाराम'. ते बाळ तीनचार वर्षांचं असताना त्याची आई गेली. काशिनाथपंत विरक्तच होते. त्यामुळे तुकारामाचे दिवस खेळण्या-बागडण्यातच जात होते.

पुढे काही वर्षांनी उमरखेड येथील चिन्मयानंद येहळेगावला आलेले असताना त्यांची आणि तुकारामाची भेट झाली. दोघांना परस्परांची खूणगाठ पटली. चिन्मयानंदांनी तुकारामाच्या डोक्यावर हात ठेवून अनुग्रह दिला आणि त्याचे नाव ठेवले 'तुकाराम चैतन्य'. ही नाथ संप्रदायाची गुरुपरंपरा आहे.

आदिनाथ - मच्छिंद्रनाथ - गोरक्षनाथ - मुक्तावटेश्वर - चक्रपाणी - विमला चांगदेव - जनार्दन नरहरी - विश्वेश - केशवराज - बोपया हरिदास - कान्ह्या - सदानंद - कृष्णश्यामसुंदर - प्रल्हाद - नागया - एकनाथ - विठ्ठलकिंकर - चिन्मयानंद

- तुकाराम चैतन्य अशी ही गुरुपरंपरा आहे. नाथ संप्रदायामध्ये योग आणि भक्ती या दोन्ही मार्गांचा समन्वय आढळतो.

हळूहळू तुकाराम चैतन्यांची कीर्ती वाढू लागली. लोकांच्या समस्या त्यांच्यामुळे दूर होऊ लागल्या. लोक त्यांना 'तुकामाई' म्हणू लागले, कारण त्यांच्या हृदयात सर्वांसाठी आईचं प्रेम होतं. दुसऱ्याचं दु:ख त्यांना बघवत नसे. पण सतत प्रपंचातलीच दु:खं घेऊन येणाऱ्या लोकांना बघून संतांना वाईट वाटतं. कुणीतरी आत्मज्ञानासाठी यावं, कुणाच्या तरी मनात मोक्षाची इच्छा असावी, निरपेक्ष भक्तिसुख मागावं असं संतांना वाटतं. तुकामाईंनाही असंच वाटत होतं. पण लोक प्रापंचिक सुखासाठी इतके त्यांच्यामागे लागत; की त्यांना स्नान, जेवण, विश्रांतीसाठीही फुरसत मिळेना. मग ते रागाचा आव आणायचे, शिव्या द्यायचे. तरीही लोक जात नसत.

त्यांचा अनुग्रह मिळणं सोपं नव्हतं. ते अत्यंत कठोर परीक्षा बघत. त्यांचे खरे शिष्य फक्त चारपाचच झाले. त्यांच्या आयुष्यात त्यांनी असंख्य चमत्कार केले. ते योग आणि भक्ती यांचा संगम होते.

त्यांच्याकडे कुणी परमार्थ साधण्यासाठी आले, की ते त्याला भरपूर शारीरिक कष्टाची कामं करायला सांगत. कधी रागवत, शिव्या देत, उपाशी ठेवत. यामुळे बरेच जण पळून जात. त्यातूनही राहिलेल्यांच्या अंगावरून प्रेमानं हात फिरवून ते म्हणत, ''अरे, मला हौस आहे का याची? पण तुम्हाला निंदा, आघात पचवता आले नाहीत, तर जगाचे आघात, निंदा तुम्ही कशी पचवणार? जगाचे आघात शांतपणे गिळून पुन्हा आपली निष्ठा जशीच्या तशी ठेवणे याला परमार्थ म्हणतात.''

सश्रद्ध आणि सरळ मनाच्या माणसांशी ते प्रेमानं वागत. अश्रद्ध माणसांना तुसडेपणानं वागवून हाकलून देत. खऱ्या परमार्थासाठी आलेला माणूस मात्र त्यांच्याकडून तृप्त होऊनच परते.

थोडक्यात, तुकामाई म्हणजे योगविद्या आणि भक्ती यांची चरम सीमा होती. मूर्तिमंत प्रेम, आनंद, शांती होती.

अशा तुकामाईंकडे महाराज यायला निघाले. ते येण्यापूर्वीच तुकामाई म्हणत होते, ''चोर येणार रे येणार... सगळं धन लुटून नेणार!'' तुकाराम चैतन्यांचा खरा उत्तराधिकारी, त्यांच्या सगळ्या पारमार्थिक वैभवाचा वारसदार महाराजच होणार होते.

खूप त्रास सहन करून महाराज येहळेगावला आले. तुकाराम चैतन्य कुठे भेटतील याची चौकशी सुरू केली. गावातले लोक म्हणाले, ''त्यांचा काय नेम

सांगावा, बाळा... कुठेतरी आडरानात नाही तर ओढ्याकाठी... कधी मुलांशी खेळत, कधी चिलीम ओढत बसलेले असतील. त्यांचा काय एक ठावठिकाणा सांगता येतोय व्हय?'' नुसतं वर्णन ऐकूनच महाराजांच्या चित्तवृत्ती बहरू लागल्या.

तेवढ्यात कुणी म्हणाले, ''लहान दिसतोयस बाळा... तुकामाई जरा रागवतात हं. कधी मारायला धावत्यात, शिव्या देत्यात; पन तू घाबरू नगं. मनानं लई मायाळू हायती. आईवानी हृदय हाय त्येंचं.'' महाराजांच्या डोळ्यांतून पाणी येऊ लागलं. त्यांनी निश्चय केला, तुकामाईला भेटायचंच! उपाशी-तापाशी तसेच ते ओढ्याच्या बाजूला चालले.

सकाळपासून संध्याकाळपर्यंत महाराज नुसते वणवण भटकत होते. ना खाण्यापिण्याची शुद्ध, ना देहाची काळजी... पण तुकामाई काही भेटले नाहीत. संध्याकाळी खूप थकून-भागून महाराज तुकामाईच्याच घराच्या भिंतीला टेकून बसले.

तेवढ्यात तिकडून तुकामाई आले. एक लहान मुलगा तुमची वाट पाहतोय असं लोकांनी सांगितल्यावर 'कुठे आहे तो?' असं विचारत ते घरी आले. कमरेला लंगोटी, डोक्याला टोपडं, एका हातात चिलीम, दुसऱ्या हातात उसाचं दांडकं अशी त्यांची मूर्ती पाहिल्यावर महाराज उठून उभे राहिले. त्यांचे अष्टसात्त्विक भाव जागे झाले. दोघांची दृष्टादृष्ट झाली आणि दंडुका घेऊन तुकामाई महाराजांच्या अंगावर धावून गेले. 'मी तुझा खून करतो' म्हणाले.

महाराजांनी त्यांना पटकन साष्टांग नमस्कार घातला आणि म्हणाले, ''मीही माझा जीव देतो.''

चौदा-पंधरा वर्षांची ती महाराजांची छोटीशी मूर्ती. भगवंताच्या प्रेमात आकंठ बुडलेली. तुकामाईंनी त्यांना पोटाशी धरलं आणि हाताला धरून घरात नेलं.

रामकृष्ण परमहंस महाराजांना म्हणाले होते, ''तू स्वतःचा खून कर.'' ते शब्द त्यांना आठवले या वेळी. याचा अर्थ हाच होता की, महाराजांमध्ये चुकून-माकून किंचितशीही देहबुद्धी, अहंकार उरला असेल; तर सद्गुरुकृपेने तो पूर्ण निघून जाणार होता आणि महाराज स्वतःला पूर्णपणे सद्गुरूंच्या पायाशी झोकून देणार होते. यातून साधकावस्थेतून सिद्धावस्थेला गेलेले महाराज मग संपूर्ण जगाशी एकरूप होऊन राहणार होते. अशा तऱ्हेने महाराजांना सद्गुरू भेटले.

एखाद्या कलेची साधना करतानाही गुरू-शिष्य परंपरेनुसार गुरूंची प्रचंड सेवा करावी लागते. मर्जी राखावी लागते. ही तर सर्वश्रेष्ठ विद्या - अध्यात्मविद्या!

ही देणाऱ्या सद्गुरूंची सेवा करणं म्हणजे कठोर साधना करणंच असतं. सद्गुरू जेव्हा देहात नसतात, तेव्हा त्यांनी दिलेल्या नामाचं अखंड स्मरण करणं आणि त्यांचा उपदेश शब्दशः आचरणात आणणं ही त्यांची सेवा असते. पण देहात असलेल्या सद्गुरूंची सेवा ही सोपी गोष्ट नसते. महाराजांचं वय लहान होतं. खरं तर चौदा-पंधरा वर्षं म्हणजे पौगंडावस्था! या वयात मनात नवे अस्मितेचे धुमारे फुटत असतात. बुद्धीला प्रश्न पडून ती बंडखोर होत असते. पण महाराजांचं देहाचं वय जरी ते असलं; तरी ते पूर्णत्वाला पोहोचलेले असेच जन्माला आले होते. आताचं त्यांचं जीवन म्हणजे साधकांना 'कसं जगायचं असतं' हे दाखवून देण्यासाठीचं प्रात्यक्षिकच होतं. सद्गुरूची सेवा कशी करावी याचं जिवंत उदाहरण म्हणजे महाराज!

महाराज रात्री तुकामाईंचे पाय चेपून देत. ते देता देता त्यांना झोप लागली, तर महाराज पायाशी बसत. तुकामाई उठण्यापूर्वी महाराज उठत. नऊ महिने जणू त्यांनी झोपेवर विजय मिळवला होता. ते सदैव तुकामाईंच्या मागे असत. जातील तिथे जात. घरातील कामं दुसरं कुणी करेल याची वाट न पाहता स्वतः करत. नदीवरून पाणी आणून तुकामाईला स्नान घालत. त्यांना जेवायला बसवत. पण तुकामाईंना काय? ते आपल्या मर्जीप्रमाणे वागत. कधीकधी ते घरात जेवतच नसत. कुणाच्याही घरी जाऊन उभ्याउभ्या कांदा-भाकरी खात. अशा वेळी महाराजांना उपवास घडे.

तुकामाई एकदा एक सांगत, लगेचच दुसऱ्यांदा बोलवून वेगळेच सांगत. कधी लोकांसमोर त्यांची स्तुती करीत, तर कधी निंदा करीत. कधी मारत, तर कधी पोटाशी धरीत.

एकदा तुकामाईने त्यांना सांगितलं, ''अरे, या वडाच्या झाडाची पानं तोड बघू.'' महाराजांनी पानं तोडली. ती हातात घेऊन तुकामाई म्हणाले, ''बास, पुरे झाली. अरे, त्या झाडाला किती त्रास झाला असेल... अशी पानं तोडू नयेत रे. जा. ती पानं झाडाला चिकटवून टाक.''

कुठलाही व्यावहारिकदृष्ट्या बुद्धिमान माणूस याला 'मूर्खपणा' म्हणेल. 'ही अशी झाडाला पानं कधी लागतात का?' हा प्रश्न तर येणारच मनात. अगदी विनम्र शिष्य असेल, तरी त्याच्या मनात येईलच, 'ही खरोखर आज्ञा आहे, की गुरू आपली चेष्टा करीत आहेत?' पण इतकासाही संभ्रम मनात न येता महाराजांनी ती पानं झाडाला पुन्हा लावली आणि ती अशी चिकटली, की जणू तोडलीच नव्हती.

महाराज हात जोडून तुकामाईसमोर उभे राहिले, तेव्हा तुकामाई म्हणाले, ''शाब्बास! याला म्हणतात आज्ञापालन.''

संतांच्या या चमत्कारामागे नक्की काय असावं? हे एखाद्या त्या प्रतीच्या विभूतीलाच समजू शकेल. सामान्य माणसांना हे तर्क किंवा बुद्धीच्या जोरावर कळू शकणार नाही. तरीही थोडा विचार केला तर वाटतं, संतांना आत्मज्ञान झालेलं असल्यामुळे आपलं स्वरूप चैतन्यरूप आहे, हे त्यांनी अनुभवलेलं असतं. जे चैतन्य संपूर्ण ब्रह्मांडात भरलेलं असतं, तेच आपल्यामध्ये आहे हा अनुभव असल्याने ते ब्रह्मांडाच्या कणाकणाशी एकरूप झालेले असतात आणि मग आपले हात-पाय आपण आपल्या मर्जीने हलवतो, अशी शरीराची प्रत्येक पेशी आणि ब्रह्मांडातील प्रत्येक कण त्यांच्या मर्जीनुसार वागत असावा. असो.

इथे महत्त्वाची गोष्ट होती ती आज्ञापालन. तर्कवितर्काला कुठलीही जागा न देता सद्गुरूंच्या आज्ञेचं पालन अध्यात्मात महत्त्वाचं असतं. आजच्या जगात लोकांना असंही वाटू शकेल, की यामध्ये अंधश्रद्धा नाही का? किंवा एखादा भोंदू साधू आज्ञापालनाच्या नावाखाली शिष्यांकडून काहीही करून घेऊ लागला तर? याचं उत्तरही अनेक संतांनी दिलंय. संत म्हणतात, ''सद्गुरू प्रथम पारखून घ्यावा. त्याची परीक्षा जरूर घ्यावी.'' रामकृष्ण परमहंस म्हणत, ''गुरूंची परीक्षा दिवसा, रात्री कधीही करावी. पण एकदा का सर्व कसोट्यांवर ते उतरले; कामिनी, कांचन, कीर्ती एवढेच नव्हे, तर देहाचीही आसक्ती त्यांना नाही हे कळले, की मग त्यांना साक्षात ईश्वर मानून त्यांची सेवा करावी.''

असे गुरू शिष्यही पारखून घेतात. विशेषतः ज्या शिष्याला आपल्या सद्गुरूंचा वारसा पुढे चालवायचा असतो, त्या शिष्याला तर अनेक परीक्षांमधून तावून-सुलाखून घेतात गुरू. तुकामाईने महाराजांच्या अशा असंख्य परीक्षा घेतल्या. पण ज्या परीक्षेनंतर महाराजांच्या ठायी देहभाव उरलाच नाही अशी त्यांची खात्री पटली, ती परीक्षा फार भयंकर होती.

एके दिवशी सकाळी दहा वाजण्याच्या सुमारास गुरू-शिष्य दोघे नदीवर गेले. तिथे वाळूत तीन लहान मुलं खेळत होती. तुकामाईंनी सांगितलं, ''गणू, इथे एक मोठा खड्डा खण.'' महाराजांनी तो खणला. मग तुकामाईंनी त्या तिन्ही मुलांना धरून आणलं, खड्ड्यात टाकलं आणि वरून माती टाकली. पूर्ण माती भरल्यावर ते महाराजांना म्हणाले, ''या मातीवर तू सिद्धासन घालून बैस आणि कुणी आलं,

तर एक अक्षरही बोलायचं नाही. लक्षात ठेव.'' महाराज तसेच बसले. तासाभराने मुलांचे आईवडील त्यांना शोधत आले. समोर महाराज दिसले. त्यांना विचारलं, तर ते काहीच बोलेनात. मग ते निराश होऊन जाणार तोवर त्यांना तुकामाई दिसले. त्यांना विचारल्यावर ते म्हणाले, ''जा. त्या बसलेल्या बुवाला विचारा. त्यानेच बाळांचा घात केलाय. तसा बोलणार नाही तो. त्याला चांगलं ठोका.''

लोकांनी पुन्हा महाराजांना विचारलं. पण ते गप्पच! मग मात्र चिडून लोकांनी त्यांना बडवायला सुरुवात केली. तरी ते गप्प! मग तुकामाईंनी आगीत तेल ओतलं. म्हणाले, ''अरे, ही वाळू काढा. त्यात पोरांना पुरून हा वर बसलाय.''

कल्पनेनंही मुलांच्या पालकांना धस्स झालं. त्यांनी थरथरत्या हाताने वाळू काढली, तर आत त्यांचीच मृतप्राय बाळं!

झालं! दुःखातिरेकाने आणि संतापाने पालकांनी महाराजांना मारायला सुरुवात केली. तोवर तुकामाई म्हणाले, ''अरे, अरे थांबा! का मारता त्या बिचाऱ्याला? तुमची मुलं तर जिवंत आहेत.'' ती मुलं हसत हसत खड्ड्यातून बाहेर आली आणि आपल्या आईवडिलांना जाऊन बिलगली. लोकांनी महाराजांची क्षमा मागितली आणि ते गेले. मग मात्र तुकामाईंने महाराजांना घट्ट पोटाशी धरले आणि म्हणाले, ''परमात्मा तुला या सगळ्या कष्टाचं गोड फळ देईल.''

महाराज नऊ महिने गुरुगृही राहिले. नऊ महिने आईच्या उदरात राहून माणसाचा जन्म होतो. नऊ महिने गुरुगृही राहून महाराजांमधल्या महात्म्याचा जन्म झाला होता असं म्हणायला हरकत नाही.

रामनवमीचा पवित्र दिवस आला. या दिवशी भर उन्हात हे दोघे गुरू-शिष्य रानात गेले. एका विहिरीवर दोघांनी स्नान केलं. मग एका झाडाखाली बसले. तुकामाईने महाराजांना समोर बसवून म्हटलं, ''आज मी तुला माझं सगळं ज्ञान देतो. वसिष्ठांनी श्रीरामचंद्रांना जे दिलं, ते मी तुला देतो.'' त्यांनी महाराजांच्या डोक्यावर हात ठेवला. तत्काळ महाराजांची समाधी लागली. खूप वेळ गेल्यावर ते समाधीतून बाहेर आले. तुकामाईंनी त्यांना मंत्र दिला. 'श्रीराम जयराम जय जय राम' या रामोपासनेबरोबरच रामदासी दीक्षा दिली. अनुग्रह देण्याचा अधिकार दिला. त्यांना प्रेमानं आलिंगन देऊन ते म्हणाले, ''आजपासून तुझं नाव 'ब्रह्मचैतन्य'. प्रापंचिक लोकांना प्रपंच करून परमार्थ कसा करायचा हे शिकव. राममंदिराची स्थापना करून रामनामाचा प्रसार कर. माझ्यापेक्षा श्री समर्थांचं महत्त्व वाढेल असं कर.''

तुकामाईंनी महाराजांना चार वरदानं दिली.

१. जी गोष्ट तुला कळावी असं वाटेल, तिचं सर्व ज्ञान तुझ्यापाशी आपोआप उभे राहील.

२. ज्या ठिकाणी तुला जावंसं वाटेल, त्या ठिकाणी तू क्षणार्धात जाऊन येशील.

३. ज्यांना तू अनुग्रह देशील, त्यांच्या प्रपंचात ढवळाढवळ न करता त्याची प्रपंचातील आसक्ती त्याच्या नकळत काढून घेशील.

४. ज्याला तू 'आपलं' मानशील, त्याचा अंतकाळ तू साधशील.

आता तुकामाई आणि ब्रह्मचैतन्य गोंदवलेकर महाराज घरी परत आले.

चरित्रबोध

संपूर्ण समर्पण आणि आपल्या सद्गुरूंवर अढळ श्रद्धा हाच परमार्थातील प्रगतीचा मार्ग आहे.

ज्ञानोत्तर साधन

नाममहिम्याची प्रचिती

काही दिवस गुरुगृही राहिल्यानंतर तुकामाई म्हणाले, ''बाळा, तुला आत्मज्ञान मिळालंय, पण आता एकांतात बसून ते अंगी मुरवायला हवं. तू हिमालयात जा. आत्मचिंतन कर. वेगवेगळ्या तीर्थांची दर्शनं घे. मग घरी जा. आईवडिलांना भेट. प्रपंच कर.''

महाराज हिमालयाकडे जायला निघाले, तेव्हा तुकामाई स्वतः त्यांना उमरखेडला चिन्मयानंदांच्या समाधीपाशी घेऊन आले. म्हणाले, ''स्वामी, बाळाला पदरात घ्यावं. आपल्या दर्शनासाठी आणलंय.'' दोघांनी समाधीला साष्टांग नमस्कार घातला, तेव्हा समाधीवरचा एक हार महाराजांच्या गळ्यात पडला. आजोबांनी नातवाला आशीर्वाद दिला.

दोन दिवस तिथे राहून महाराज पुढे निघाले. जाण्यापूर्वी सद्‌गुरूंच्या पायांवर त्यांनी डोकं ठेवलं. या पायांसाठीच तर घरदार सोडून निघून आले होते. गुरू-शिष्य दोघे आत्मज्ञानी. भेदभाव उरलाच नव्हता. हा वियोग फक्त शरीराचा आहे. आत्मस्वरूपाने आपण अखंड एकमेकांजवळ आहोत; हे कळलंच होतं की! पण तरीही आईपेक्षा अनेक पट उत्कट वात्सल्य सद्‌गुरूंचं असतं. त्यातून दूर चाललेला शिष्य म्हणजे साक्षात् रामराणा असावा तसा! तुकामाईंचे डोळे भरून आले. 'येतो' म्हणताना महाराजांचा स्वर कातर झाला. शेवटी भावनांना आवर घालून महाराज हिमालयाकडे चालले आणि तुकामाई येहळेगावला परतले.

महाराज तिथून उज्जैनीजवळच्या एका अरण्यात तपश्चर्या करीत बसले होते. तिथे सकाळ-संध्याकाळ एक गाय येऊन त्यांना दूध देऊन जायची.

मग ते नैमिषारण्यात गेले. पूर्वीच्या तिथल्या गुहेत गेले, जिथे सहा योगी ध्यानस्थ होते. तिथेच याहीवेळी राहिले.

या काळात त्यांचा परिचय नानासाहेब पेशवेंशी झाला. १८५७चं बंड ब्रिटिशांनी मोडून काढलं, तेव्हा नानासाहेब नैमिषारण्यात गुप्तपणे राहू लागले. या अज्ञातवासात त्यांच्या सोबतीला दोन माणसं होती. एका मोठ्या गुहेत थोड्या ऐहिक सुखसोयींसह ते राहत. सोबतची माणसं अयोध्येतून शिधा आणीत, 'केसरी' हे वृत्तपत्र आणीत. काही झालं तरी नानासाहेब राजकारणधुरंधर माणूस. हिंदुस्थानाच्या पारतंत्र्याचा त्यांना केवढा त्रास होत असेल! स्वतः सन्मानाने राज्य केलेलं. आता असं अज्ञातवासात राहावं लागतंय याचं त्यांना खूप दुःख होई.

पण महाराज त्यांची समजूत घालत. त्यांना सांगत, ''मुसलमानी सत्तेशी झुंजणं वेगळं. इंग्रजांनी देशाच्या बुद्धीवर, मनावर ताबा मिळवलाय. इंग्रजी शिक्षणाचं एक वेगळं वातावरण देशात तयार होतंय. अशा वेळी त्यांच्याविरुद्ध लढण्यासाठी लोकांची मनं तयार करायला हवीत. ते काम इंग्रजी शिक्षण घेतलेली मध्यमवर्गीय घरातली माणसंच करू शकतील. राजकारणाची सूत्रं आता राजघराण्यांकडे राहणार नाहीत. आपली राजकीय कारकीर्द संपली हे लक्षात घ्यावं आणि आपला वेळ उपासनेत सार्थकी लावावा.''

हे पटवून घेताना त्या राजपुरुषाला बराच त्रास झाला, पण शेवटी त्यांना हे पटलं. त्यांचा पुढचा सगळा वेळ उपासना, धार्मिक ग्रंथांचा अभ्यास यांत गेला. महाराजांनी त्यांना वचन दिलं होतं, ''इथे तुमच्या केसालाही धक्का लागणार नाही आणि तुमचा अंतकाळ मी साधेन.'' त्याप्रमाणे खरोखरच नानासाहेबांच्या अंतकाळी महाराज त्यांच्याबरोबर होते.

तिथून महाराज अयोध्येला गेले. अयोध्या! त्यांच्या रामरायाचं जन्मस्थान! त्याची राजधानी! शरयूचं स्नान आणि रामरायाचं चिंतन यावेगळं काय सुख हवं होतं त्यांना? स्नान, संध्या आटोपून ते नामस्मरणाला बसले. तिथे एक अत्यंत विद्वान, वेदशास्त्रपारंगत शास्त्रीबुवा सपत्नीक आले होते. वेदाध्ययन, परब्रह्माच्या निर्गुण रूपाचं ध्यान, ज्ञानाच्या साहाय्याने ईश्वरापर्यंत पोहोचणं ही त्यांची उपासना होती. सगुण उपासना, नामजप हे सगळं त्यांना निरर्थक वाटायचं. आजही बुद्धिवादी, तर्कनिष्ठ लोकांना असं वाटतच असेल की! नुसता जप करत बसण्यात काय अर्थ आहे?

त्यांनी महाराजांना विचारलंच, ''तेजस्वी दिसताहात. बुद्धिमान आहात. मग वेदांचं अध्ययन करा. सहाही शास्त्रांना ढवळून काढा. ईश्वराच्या रूपाचं ज्ञान होईल. तो निर्गुण-निराकार आहे. हे काय नुसतं नाम घेत बसलात? सगुण रूपाची उपासना ही अध्यात्मातली पहिली पायरी असेल कदाचित! मी तर तसंही मानत नाही म्हणा... पण बुद्धीनं, ध्यानानं सूक्ष्मात जायला हवं.''

महाराज विनम्रतेनं म्हणाले, ''नाम हे अतिसूक्ष्म आहे. जे अध्ययनानं, योगानं साध्य होतं, ते सारं नामानं साध्य होतं.''

हे असे लोक भेटणार. त्यांना स्वानुभवाची उत्तरं देता यावीत, म्हणून तर सर्व प्रकारच्या साधनांशी ईश्वराने त्यांचा परिचय करून दिला होता ना! योगाभ्यास तर महाराजांनी केलाच होता.

ज्या वेळी जे ज्ञान हवे, ते सारे क्षणात् तुझ्यासमोर येईल असा तुकामाईंचा आशीर्वाद होता. पण शास्त्रीबुवा अभिमानी! ते ऐकायला तयार नव्हते. ते महाराजांना म्हणाले, ''तुम्ही स्वतः भ्रमात आहात. दुसऱ्यांना कशाला या भ्रमात पाडताय?''

महाराज म्हणाले, ''ठीक आहे. आपण रामरायाच्या नगरीत आहोत. नामस्मरणाने भवरोग नष्ट होतो. मन सूक्ष्मतम होऊन आत्मज्ञान होतं ही माझी श्रद्धा आहे. हा जर भ्रम असेल, तर आज रामराया तुमचा तरी भ्रम दूर करील, नाहीतर माझा तरी!''

आपल्यासारख्या वेदपंडितानं कुठे या माणसाच्या नादी लागायचं, या विचारानं शास्त्रीबुवा तिथून निघाले.

त्याच दिवशीची गोष्ट! नदीकिनारी शास्त्रीबुवांनी आणि त्यांच्या पत्नीने टरबूज खाल्ले. संध्याकाळपासून त्यांच्या पत्नीला जुलाब सुरू झाले. आजाराचं प्रमाण इतकं वाढलं, की अंतिम घटका जवळ आली असं वाटू लागलं. शास्त्रीबुवांनी हुशार, अनुभवी वैद्यांना बोलावून औषधं द्यायला सुरू केली. पण त्याचा उपयोग होईना. ते घाबरले. सगळे उपाय करून झाले. आता हातात काही राहिलं नाही. शास्त्रीबुवांना अचानक आठवलं. 'महाराज म्हणाले होते, की नामस्मरणानं भवरोग नाहीसे होतात. मग साधे रोग का नाही बरे होणार?' शास्त्रीबुवांनी पत्नीजवळ बसून नामस्मरणाला सुरुवात केली. आर्ततेनं घेतलेलं ते नाम रामरायांपर्यंत पोहोचलं. हळूहळू त्यांच्या पत्नीची प्रकृती सुधारू लागली आणि सकाळपर्यंत त्या पूर्ण बऱ्या झाल्या.

शास्त्रीबुवांनी कशीबशी स्नान-संध्या केली आणि धावतच ते महाराजांकडे आले. त्यांना साष्टांग दंडवतच घातला. महाराजांनी त्यांना प्रेमानं उठवलं.

महाराजांनी त्यांना आणि त्यांच्या पत्नीला रामनाम दिलं. या शास्त्रीबुवांची मुलं काशीला होती. त्यांनी खूप आग्रहानं महाराजांना काशीला नेलं.

चारपाच दिवस त्यांच्याच घरी राहिल्यानंतर महाराज मारुतीच्या मंदिरात मुक्कामाला आले. त्या मंदिरात एक बंगाली बाई आली होती. महाराजांना बघून तिनं त्यांना नमस्कार केला. महाराजांनी तिची चौकशी केल्यावर कळलं, की ती बंगाली जमीनदार आहे. घरी लक्ष्मी पाणी भरत होती. पण दौलतीला वारस नाही. तिच्या एकुलत्या एक मुलानं तीन लग्नं केली, पण एकाही बायकोची कूस उजवली नाही. महाराजांनी विचारलं, ''तुमचा मुलगा आणि पहिली सून कुठे आहे?''

''ती कोलकात्याला असतात.'' ती स्त्री उत्तरली. पण महाराजांच्या तेजस्वी चेहऱ्याकडे बघून त्यांना काय वाटलं कुणास ठाऊक. त्यांनी मुलाला आणि सुनेला बोलावून घेतलं. मुलगा पंचावन्न वर्षांचा आणि सून चांगली बेचाळीसची! पण महाराजांनी सुनेच्या ओटीत नारळ घातला. सांगितलं, ''रामनामाचा साडेतीन लाख जप करा. मुलाच्या बारशापर्यंत हा नारळ जपून ठेवा. बारशाला तो फोडून सर्वांमध्ये वाटा.'' नवी आशा घेऊन हे कुटुंब कोलकात्याला परत गेलं.

एके दिवशी काशीमध्ये मोठा हाहाकार उडाला. काशीमधला जेमतेम तीस वर्षांचा कोट्यधीश व्यापारी नवज्वराने आजारी पडून मृत्यूमुखी पडला. घरी तरुण पत्नी, दीड वर्षांचा मुलगा आणि आईवडील, आजोबा-आजी, भाऊ-बहीण, नोकरचाकर असं सगळं होतं. हा नुसता धनसंपन्न नव्हता. गृहस्थाश्रमावर इतर तीन आश्रम - ब्रह्मचर्याश्रम, संन्यासाश्रम आणि वानप्रस्थाश्रमसुद्धा अवलंबून असतात; याची त्याला जाण होती. विद्यार्थ्यांना माधुकरी, साधू-संत-संन्याशांना अन्नदान, वस्त्रदान करताना तो आपली तिजोरी अगदी खुली ठेवत असे. काशीतली पन्नासएक तरी कुटुंबं त्याच्यावर अवलंबून होती. त्याच्या निधनाची वार्ता ऐकताच लोक आपापले उद्योगधंदे सोडून धावत सुटले. त्याची तरुण पत्नी त्याच्याबरोबर सती जायला निघाली. मनकर्णिका घाटावर गर्दी जमली. त्याची पत्नी साऱ्या संतमहंतांना नमस्कार करून आशीर्वाद घेत होती. त्या गर्दीत असलेल्या शास्त्रीबुवांनी तिला सुचवलं, ''एवीतेवी तुम्ही सगळ्या संतांची दर्शनं घेताहात; तर मारुतीमंदिरात एक मोठे संत आहेत, त्यांचंही दर्शन घ्या.''

ती महाराजांकडे आली. मागायचं काहीच नव्हतं. एक शेवटचा नमस्कार केला. तिच्या अंगावरची सतीची वस्त्रं बघून महाराजांनी सगळी चौकशी केली. कोवळ्या

तरुण वयाची ती स्त्री आणि मागे राहिलेलं दीड वर्षांचं लेकरू! महाराजांचं संतहृदय करुणेनं पाझरलं नाही, तरच नवल! ते म्हणाले, ''चला, मी येतो घाटावर.'' गर्दीतून वाट काढून ते चितेजवळ पोहोचले आणि म्हणाले, ''अरे, याला असं बांधून का ठेवलंय? हा जिवंत आहे.'' महाराजांनी थोडं गंगाजल आणलं. तीन वेळा 'श्रीराम' हा शब्द उच्चारून गंगाजल त्याच्या तोंडात घातलं. दोन-तीन मिनिटांत तो झोपेतून उठल्यासारखा उठून बसला. लोकांच्या आनंदाला पारावार उरला नाही. सती जायला निघालेली त्या माणसाची पत्नी महाराजांच्या पायावर कोसळलीच! हा असा अघटित चमत्कार घडवणाऱ्या साधूच्या पाया पडण्यासाठी लोक गर्दी करणार, तोच महाराज तिथून पळाले आणि त्यांनी गंगेत उडी मारली. योगविद्येत निपुण असणाऱ्या महाराजांना पाण्याखाली राहण्याची विद्या येतच होती. त्यामुळे ते कुणालाच दिसले नाहीत. पुढे या दांपत्याचा संसार सुखाचा झाला. त्यांनी भरपूर दानधर्म केला. पण ज्यांनी आपल्याला हे जीवन दिलं, त्या महात्म्याच्या दर्शनाची तळमळ तशीच राहिली.

महाराज काशीहून निघाले, प्रयागला पोहोचले आणि तिथून मथुरा-वृंदावनला!

इकडे काशीमध्ये असताना ज्या बंगाली जोडप्याला त्यांनी संतानप्राप्तीचा आशीर्वाद दिला होता, त्यांना मुलगा झाला होता. त्यामुळे महाराजांच्या शोधासाठी त्यांनी चारही दिशांना माणसं पाठवली होती. भारतातलं प्रत्येक तीर्थक्षेत्र ते पालथं घालत होते. मथुरेला त्यांना महाराज भेटल्यावर ते त्यांना कोलकात्याला घेऊन गेले.

त्या जहागीरदारानं आपली जहागीर त्यांच्या पायावर ठेवायचीच बाकी ठेवली होती. त्यांच्या दृष्टीने महाराज परमेश्वर होते. त्यांनी विचारलं, ''आम्ही आपली काय सेवा करू?'' महाराज म्हणाले, ''आम्ही बैरागी माणसं! आम्हाला काय हवं असणार? काही नको! तुम्ही सगळे आनंदात राहा आणि ईश्वराला विसरू नका. तुम्ही नामस्मरण केलंत, की मला सारं मिळालं.'' पण त्यांनी काहीतरी सेवा स्वीकारण्याचा खूपच आग्रह केला. मग महाराज म्हणाले, ''तुम्ही हरिहाट भरवा.'' एका क्षणात ते 'हो' म्हणाले. पंधरा दिवसात तयारी झाली आणि हरिहाट भरला.

काय असतो हा हरिहाट?

एका भल्या मोठ्या मंडपात एकाच वेळी परमेश्वराच्या भक्तीचे सारे मार्ग सुरू करायचे. म्हणजे कुठे वेदपठण, यज्ञ, कुठे जप, कुठे भजन, कुठे पूजा, कुठे पोथीवाचन, कुठे संकीर्तन, शास्त्रार्थ, ग्रंथपठण हे सात दिवस सुरू ठेवायचं. या सात दिवसांत अखंड अन्नदान करायचं. येईल त्या प्रत्येकाला जेवू घालायचं असा हा हरिहाट!

या कुटुंबानं भरवलेल्या हरिहाटाला त्या काळात पंचवीस हजार रुपये खर्च आला. शेवटी महाराजांची पूजा करून त्यांनी एक उंची वस्त्र आणि चांदीचे एक हजार रुपये महाराजांना दिले. पण त्रैलोक्याचा अधिकारी ज्याचा 'सखा', त्याला हजार रुपयांचं काय? त्यांनी ते हजार रुपये जमलेल्या विद्वानांमध्ये वाटून टाकले. वस्त्र त्या गृहस्थांच्या आईंना प्रसाद म्हणून दिलं आणि तिथून नि:संगपणे बाहेर पडले.

असं म्हणतात, की जन्म-मृत्यू हे कुणाच्याच हातात नसतात. स्वतः परमेश्वरही सृष्टीच्या या नियमात ढवळाढवळ करीत नाही. मग इथे तर महाराजांनी मृत्यूवर आणि जन्मावरही अधिकार चालवला. हे कसं काय?

मृत्यूच्या बाबतीत आपल्याला माहीत आहे. तीन प्रकारचे मृत्यू असतात. एक आधिभौतिक. जो चुकीच्या आहार, विहाराने होतो. तो पथ्य पाणी, वैद्यकीय मदतीने चुकवता येतो. दुसरा आधिदैविक! ते जीवावर येणारं संकट असतं. हे संकट नवस-सायास, प्रार्थना किंवा संतांच्या आशीर्वादाने टळते. तिसरा आध्यात्मिक. खरोखरीच आयुष्य संपल्यामुळे येणारा मृत्यू. हा कुणालाच टाळता येत नाही.

कधीकधी संत त्या जीवाच्या पुढच्या जन्मातील काही वर्षं कमी करून या जन्मात त्या जीवाला मृत्यूपासून वाचवतात. आधिदैविक मृत्यू संत टाळू शकतात. कठोर तपश्चर्येने त्यांच्या संकल्पात एवढी ताकद आलेली असते.

आध्यात्मिक मृत्यू मात्र संतही टाळू शकत नाहीत. महाराजांनी काहींचे मृत्यू टाळले, तर काहींनी त्यांच्यासमोर प्राण सोडला, यामागे हे कारण आहे. परंतु ज्यांनी महाराजांसमोर प्राण सोडला, त्यांचा अंतकाळ महाराजांनी साधला. त्यांना ईश्वराचं विस्मरण होऊ दिलं नाही. मायेत गुंतू दिलं नाही. तुकामाईंनी त्यांना हा आशीर्वाद दिला होता.

चरित्रबोध

नामापरते साधन नाही रे अन्यथा ॥

सोन्याची अग्निपरीक्षा

हरिहाटाची सांगता झाली. तिथून महाराज इंदूरला आले. एका मारुतीमंदिरात ते राहत होते. त्या वेळी तिथल्या इनामदार नावाच्या गृहस्थांनी त्यांना आपल्या बागेत राहायला बोलावले. ते होतेही 'इनामदार'. घरी भरपूर वैभव नांदत होतं. भला थोरला वाडा होता. नोकरचाकर होते. सकाळ-संध्याकाळ ते महाराजांना धारोष्ण दूध प्यायला देत. त्यांच्या दर्शनाला येत. त्यांनी आपल्या पत्नीलाही महाराजांचं दर्शन घ्यायला सुचवलं. तिला सगळे 'जिजी' म्हणत. ही बाई मोठी खमकी! 'कोण कुठला माणूस आणून ठेवलाय बागेत. त्याची नीट परीक्षा घेतल्याशिवाय मी नाही मानायची.' हा तिचा निश्चय होता.

जिजीने त्यांची परीक्षा पाहण्यासाठी लालभडक तिखटाचे गोळे केले आणि सुंदर ताटलीत ठेवून त्यांच्याकडे घेऊन गेली. विशीच्या आसपासचा तो बैरागी तेजस्वी होता खरा, पण अहंकाराच्या प्रकाशात कधीकधी तेज दिसत नाही. तसंच जिजीचं झालं होतं. ''महाराज, लाडू आणलेत तुमच्यासाठी. खाऊन पाहा.'' असं म्हणून तिने ताटली महाराजांसमोर ठेवली. महाराजांनी ते लाडू सहज खाल्ले आणि म्हणाले, ''माई, चविष्ट आहेत हो लाडू. आणखी देतेस?'' म्हणून त्यांनी हात पुढे केला.

आता चकित व्हायची पाळी जिजींची होती. नाही म्हटलं तरी आतून कुठून तरी त्यांना किंचित अपराधी वाटत होतंच. तरी त्या म्हणाल्या, ''आता संपले लाडू. उद्या आणते परत.''

घरी परतलेल्या जिजीला चैन पडेना. 'असा कसा हा माणूस? पूर्ण तिखटाचे गोळे सहज खाऊन वर आणखी मागतो? जाऊ दे. असते एकेकाला सवय वाटेल

तितकं तिखट खाण्याची. पण मीही नावाची जिजी आहे. उद्या याहून कडक परीक्षा.' ती विचार करीत बसली.

दुसऱ्या दिवशी सकाळी ती लवकरच महाराजांकडे गेली. एका नोकराला छान निखारे फुलवायला लावले. तोवर ती महाराजांशी गप्पा मारत बसली. समोर पेटत्या निखाऱ्याचे लाडू नोकराने आणले. ''महाराज, हा नवा पदार्थ खाऊन बघा ना.'' ती म्हणाली.

महाराजांनी शांतपणे चिमट्याने निखारे धरले आणि सहजपणे खाऊन टाकले. हे बघितल्यावर मात्र जिजी घाबरली. आपण खऱ्या योगपुरुषाची, सत्पुरुषाची परीक्षा घेतली हे कळून तिला आपल्या अपराधाची जाणीव झाली. तिने महाराजांना साष्टांग नमस्कार घातला. डोळ्यांतून अनिवार अश्रू येऊ लागले. हुंदके देत ती म्हणाली, ''महाराज, मला माफ करा. मी चुकले.''

महाराज म्हणाले, ''बाळ, घाबरू नकोस. सत्पुरुषांची परीक्षा घेऊन मग विश्वास ठेवण्यात गैर काहीच नाही. पण ती परीक्षा अशी नसावी गं. चल, आता झालं-गेलं विसरून जा. भरपूर नामस्मरण कर. देव तुझं कल्याण करील.'' इनामदारांनी आणि जिजींनी त्यांचा अनुग्रह घेतला.

जिजींनी महाराजांची सोय त्यांच्या घरात केली. त्यांची आठ-नऊ वर्षांची एक छोटी मुलगी होती. तिला 'ताई' म्हणायचे सगळे. महाराजांचा वेळ या ताईबरोबर खेळण्यात छान जात असे.

इथेही महाराजांचा शिष्यपरिवार वाढला.

एके दिवशी एक बैरागी महाराजांच्या दर्शनाला आला. त्याच्या हिमालयातल्या गुरूंनी त्याला थोडी योगविद्या शिकवली होती. पुढच्या मार्गदर्शनासाठी महाराजांचं वर्णन करून, खाणाखुणा सांगून ते म्हणाले होते, ''सध्या हे इंदूरमध्ये आहेत. तू त्यांना जाऊन भेट.'' त्यानुसार तो इथे आला होता. पण बघतो तर काय? महाराज एका छोट्या मुलीशी खेळत बसले होते. साधी वडील-मुलीची जोडी वाटत होती. 'हे कसले योगपुरुष?' असा विचार करून बैरागी परत निघाला.

महाराजांचं लक्ष होतंच. त्यांनी त्याला बोलावून पाणी वगैरे द्यायला सांगितलं. त्याची चौकशी केली. त्याचा हेतू कळल्यावर म्हणाले, ''मला योग वगैरे काही येत नाही. त्याचं काय आहे, गुरुगृही पडून असायचो, तेव्हा काही गोष्टी नजरेखालून गेल्या आहेत एवढंच. तेवढ्या तुम्हाला सांगतो. बघा, काही उपयोग झाला तर.''

असं म्हणून त्यांनी ताईच्या पाठीवर प्रेमानं थाप मारली आणि म्हणाले, ''आसन घाल आणि लाव समाधी.'' ताईही पटकन सिद्धासनात बसली आणि तिची समाधी लागली. पंधरा मिनिटांनी महाराजांनी तिला हाक मारली आणि तिची समाधी उतरली. ते बैराग्याला म्हणाले, ''आता तुम्ही हिलाच विचारा ना प्रश्न.''

बैराग्यानं ध्यानधारणेसंबंधी अनेक प्रश्न विचारले. ताईनं त्यांची उत्तरं तर दिलीच, पण बैराग्याचं नेमकं कुठं अडत होते, तेही सांगितले.

बैराग्यानं महाराजांना साष्टांग प्रणिपात घातला. ''आपल्याकडच्या मुलीसुद्धा एवढा योग जाणतात. मग आपली योग्यता काय असेल? मला क्षमा करा. माझं पूर्ण समाधान झालं. आता मी जातो.'' तो म्हणाला. पण महाराजांनी त्यांना थांबवून घेतलं. आठ दिवस काही योगाच्या क्रिया शिकवल्या आणि मग त्याच्या गुरूकडे पुन्हा पाठवून दिलं.

खरं तर महाराज आधीही त्याला स्वतःच ज्ञान देऊ शकले असते. पण त्याच्या मनात आलेला किंतु घालवायचा होता. शिवाय हे सत्पुरुष स्वतः उत्तम योग जाणतात, इतकंच नाही, तर दुसऱ्याला योगाचा सर्वोच्च अधिकारी बनवूही शकतात, हेही त्यांना दाखवून द्यायचं होतं.

यानंतर मात्र महाराजांनी सर्वांचा निरोप घेतला आणि इंदूर सोडलं.

चरित्रबोध

दया क्षमा शांती । तेथे देवाची वस्ती ॥

भेटी झाल्या, पण प्रवास चालूच

इंदूर सोडलं. फिरत फिरत महाराज गोंदवल्याला आले. आठ वर्षं होऊन गेली होती. काय वाटलं असेल महाराजांना? पायाला गावची माती लागली असेल! ज्या मातीत त्यांच्या बाळपावलांचे ठसे उमटले असतील. नदीकाठावर कुणी ओळखीचा चेहरा दिसला असेल. हा रस्ता घरी जाण्याचा... पण अजून घरी जायची वेळ आली नव्हती. ते नदीकाठच्या मारुतीमंदिरात थांबले. बरोबर काही बैरागी शिष्य. इवल्याशा त्या गावात मारुतीमंदिरात कुणी साधू येऊन राहिलेत ही बातमी लगेचच पसरली. रावजी आणि गीताबाईंच्याही कानावर ती आलीच.

या आठ वर्षांत प्रत्येक साधू-संन्याशाच्या दर्शनाला हे दोघे एकाच आशेनं जात होते, की कधीतरी, कुणाकडून तरी आपल्या गणूचा ठावठिकाणा कळेल. या दोघांची नित्यकर्मं सुरू होती. महाराजांचा धाकटा भाऊ आण्णा आणि धाकटी बहीण मुक्ताई यांच्याकडे बघत दिवस सरत होते. पण लग्न झालेला मोठा मुलगा निघून गेल्याची खंत होतीच. सूनबाईचा विचार मनात यायचा. लग्न तर झालंय, पण मुलगी माहेरीच आहे. काय म्हणत असतील व्याही? आता या नव्या साधूबद्दल ऐकल्यावर ते दोघे नव्या आशेनं त्याच्या दर्शनाला गेले.

मंदिरात आईवडील दिसल्याबरोबर महाराजांनी त्यांना मनोमन साष्टांग नमस्कार केला. वय इतकं नसूनही दोघे थकल्यासारखे दिसत होते. पण स्थिरमती झालेल्या महाराजांची बुद्धी, मन जराही विचलित झालं नाही. त्यांना आपल्या आईवडिलांचाही भविष्यकाळ दिसतच असेल. तो सुखाचा असणार आहे आणि योग्य वेळ येताच आपणच त्यांची छान सेवा करणार आहोत. आपण काही त्यांना

कायमचं सोडलेलं नाही हे त्यांना माहीतच होतं ना! त्यामुळे गीताबाईंनी विचारलं, ''आमचा मोठा मुलगा बाराव्या वर्षी घर सोडून गेलाय हो! या तीर्थाटनात तुम्हाला कुठे तो दिसला का?''

यावर महाराज म्हणाले, ''होय. तुम्ही सांगता तसा एक मुलगा मी पाहिलाय. पण माई, तुम्ही काळजी करू नका. तो सुखरूप आहे आणि एक वर्षाने तो तुमच्याकडे परत येईल. तोवर आपण रामनाम मात्र घेत राहा बरं.''

कुणीतरी आपल्या मुलाबद्दल आपल्याला सांगितलं आणि तो एक वर्षाने येणार आहे हे कळल्यावर आईवडील समाधानानं घरी गेले.

आता आणखी कुणाला तरी दिलासा द्यायचा होता. आपली पत्नी 'सरस्वती' खातवळला आपली वाट पाहतेय हे माहीत होतंच की महाराजांना!

महाराजांच्या आयुष्यात या सरस्वतीबाईंचं महत्त्वाचं स्थान आहे असं दिसून येतं. त्या फक्त त्यांच्या पत्नी म्हणूनच राहिल्या नाहीत; तर महाराजांकडून त्यांनी अध्यात्मविद्या आत्मसात केली. त्यांना गुरू मानून साधना केली आणि मोक्षपदी पोहोचल्या. एका प्रकारे त्या महाराजांच्या प्रगल्भ शिष्याच होत्या. पण ते नंतर. आत्ता तर अजून संसार सुरूच नव्हता. बारा वर्षांच्या पतीचा चेहरा आठवत होता. पण आता आठ वर्षांत तो कसा दिसत असेल, हे काही माहीत नव्हतं. त्याही आता एक 'युवती' झाल्या होत्या. बरोबरीच्या सख्या सासरी जाऊन त्यांचे संसार सुरूही झाले होते. काहींच्या कडेवर बाळं खेळत होती. आपण मात्र माहेरीच राहतोय, ही जाणीव त्यांना त्रास देत असेलच की! त्यांच्या आईवडिलांच्या मनात तर नाना शंका येत असणार. पत्रव्यवहार नाही, संपर्काची साधनं नाहीत, प्रवासाची साधनं मर्यादित. या खेड्यापाड्यातून बाहेरच्या प्रांतात कुणी जाण्याची शक्यता नाही. निःसंग फकिरासारखा बाहेर पडलेला आपला जावई घनदाट जंगलात, परप्रांतात, हिमालयाच्या हाडं गोठवणाऱ्या थंडीत कसा असेल? मुळात असेल की नाही? हाच न उच्चारता येणारा प्रश्न त्यांच्या मनात येत असेल. मुलीच्या भविष्याचं काय, ही चिंता सतावत असेल.

कदाचित हे सगळं लक्षात घेऊन महाराज खातवळला गेले. तिथेही मारुतीमंदिरात उतरले. भेटायला येणाऱ्यांना रामनाम घ्यायला सांगू लागले. त्यांच्या प्रापंचिक अडचणी सोडवू लागले.

एकदा महाराजांच्या सासूबाई लेकीला घेऊन आल्या आणि त्यांनी आपल्या जावयाबद्दल विचारलं. महाराज म्हणाले, ''तो सुखरूप आहे. वर्षभरात परत येईल.

या दोघांचा संसार सुखाचा होईल. काही काळजी करू नका.'' हे ऐकल्यावर दोघींना बरं वाटलं. जाताजाता महाराज हे सांगायला विसरले नाहीत, की तोपर्यंत तुम्ही रामनाम जरूर घेत राहा. हे ऐकल्यावर सरस्वतीने आपली दिनचर्याच ठरवून टाकली. सकाळी स्नान झालं, की मारुतीचं दर्शन घ्यायचं. दासबोधाचा एक समास नित्य वाचायचा. अखंड रामनाम घ्यायचं आणि ज्यांनी आपल्या पतीबद्दल सांगितलं, त्या बुवांची मानसपूजा करायची. एखाद्या तपस्विनीसारखा तिचा दिनक्रम सुरू झाला.

इकडे महाराज डांबेवाडीला आपली चुलतबहीण भीमाबाईकडे गेले. तिला मात्र त्यांनी आपली ओळख दिली आणि 'मी इथे आलो होतो हे कुणाला सांगू नको' असं म्हणून वेगाने तिथून निघालेही.

महाराजांना अजून यात्रा पूर्ण करायची होती.

कदाचित आईवडील, पत्नी यांना एक मानसिक समाधान देणं गरजेचं होतं, की आपला मुलगा, पती परत येईल. पण त्यांनी मोहाच्या पाशात बांधलं, प्रेमाच्या शपथा घातल्या तर? यात्रा अर्धवट राहायला नको म्हणून महाराज त्यांचं नुसतं सांत्वन करून निघून आले; पण भीमाबाईंना त्यांना तसं अडवणं शक्य नसेल, म्हणून तिच्यासमोर मात्र त्यांनी स्वत:ला प्रकट केलं असेल.

इथून ते सज्जनगडला गेले. त्यानंतर ते रामेश्वरकडे निघाले. वाटेत एका माणसाला त्यांनी रामेश्वरला नेण्यासाठी मदत केली. एका मोठ्या घरातला हा माणूस व्यसनाधीन झाला होता. सगळे पैसे त्यानं व्यसनात संपवले. काही काळानं त्याला वाईट रोगानं पछाडलं. त्याच्या सावत्र आईनं त्याला मारण्याचाच प्रयत्न केला होता. पण हा एका गड्याबरोबर रामेश्वरच्या वाटेवर आला. रामेश्वर हे त्याचं आराध्य दैवत. रोज थोडं थोडं चालून तिथे पोहोचावं आणि त्याच्या चरणावर देह सोडावा म्हणून तो जात होता. पण आता मात्र त्याला अगदी शक्य नव्हतं. मग महाराजांनी त्याला पाठीवर घेतलं आणि हळूहळू रामेश्वरपर्यंत पोहोचवलं. आपल्या आराध्य दैवताच्या पायावर त्याने जे डोकं ठेवलं, ते वर उचललंच नाही!

महाराजांनी पुन्हा एकाचा अंतकाळ साधून दिला. तिथून काशीला वरदराजाचं दर्शन घेऊन येहळेगावला तुकामाईचं दर्शन घेऊन ते गोंदवल्याला परतले.

आनंदीआनंद

पहाटेची वेळ. गीतामाईंचं नित्यकर्म शांत मनानं सुरू होतं. रावजींची देवपूजा सुरू होती. घरी मंत्रांचे पवित्र ध्वनी ऐकू येत होते. एवढ्यात एक गोसावी घरासमोर येऊन उभा राहिला. कौपिनधारी, सर्वांगाला भस्म लावलेला, गळ्यात रुद्राक्षांच्या माळा, डोक्यावर जटाभार, वाढलेली दाढी, चेहऱ्यावरून तेज आणि डोळ्यांतून आनंद भरभरून वाहत आहे असं ते रूप! पण गीतामाई आपल्याच कामाच्या तंद्रीत होत्या. रोज असे बैरागी येतात, भिक्षा घेऊन जातात. वर्षापूर्वी मारुती मंदिरातल्या त्या गोसाव्यानंही सांगितलं होतं, एक वर्षानं तुमचा मुलगा तुम्हाला भेटेल. आज त्या गोष्टीला वर्ष झालं. पण त्याची खबरबात काही कळली नाही. विचारांच्या नादातच त्यांनी भिक्षा आणली आणि बैराग्यासमोर धरली. तो काही झोळी पुढे करेना.

मग म्हणाला, ''आई, मला भिक्षा नको. उतरंडीच्या कोपऱ्यातली घट्ट दह्याची दगडी दे मला.''

गीताबाई चमकल्या. ही तर आपल्या गणूची आवड. त्याच्यासाठी रोज दगडीत घट्ट दही लावायचे मी. तरी त्यांना शंका आली नाही. 'कुणाच्या का मुखात ते दही जाऊ दे' म्हणून त्या आत गेल्या. दगडी बैराग्यापुढे धरली, पण तरीही त्याचा हात पुढे होईना. उलट गीतामाईंकडे बघून तो हसला. आता मात्र त्यांना ओळख पटली. 'माझा गणू' म्हणून त्यांनी महाराजांना घट्ट मिठी मारली आणि आनंदाश्रूंनी त्यांना अगदी भिजवून टाकलं. ही गडबड ऐकून रावजी बाहेर आले. महाराजांनी आईवडिलांना साष्टांग नमस्कार घातला. आण्णा आला, मुक्ताई आली. भावाबहिणींची गळाभेट झाली.

जिकडेतिकडे आनंदीआनंद झाला. गीतामाईंनी देवापुढे पटकन साखर ठेवली. महाराजांना घरात आणलं.

त्यांचे बालमित्र एव्हाना त्यांना विसरले होते. आपापल्या संसारात मग्न होते. ते धावत आले. रोज गप्पा सुरू झाल्या. या नऊ वर्षांत आपला गणू कुठे होता, काय करत होता हे सगळं ऐकण्याची उत्सुकता होती. महाराज सगळं सांगत होते.

महाराज आपला भौतिक जगातला प्रवास सगळ्यांना सांगू शकत होते. पण 'गणपती'चा 'ब्रह्मचैतन्य' होण्यापर्यंतचा आणि नंतर 'गोंदवलेकर महाराज' होण्यापर्यंतचा प्रवास आंतरिक होता. तो कसा कुणाला कळणार?

पण त्यांची कीर्ती सगळीकडे पसरू लागली. आसपासच्या गावातले लोकही त्यांच्या भेटीसाठी येऊ लागले. येणारा माणूस त्यांना नमस्कार करी. महाराजांना आपल्या वडिलांसमोर हा नमस्कार स्वीकारताना मोठं अवघडल्यासारखं होई. काही झालं, तरी आईवडील प्रथम गुरू. त्यांचा मान मोठा. संन्याशानं कुणाला नमस्कार करण्याची गरज नसते म्हणतात, तरी आईवडिलांना त्यांनीही नमस्कार करावा असं शास्त्र आहे. महाराज तर तसे गृहस्थाश्रमी होते. त्यामुळे आईवडिलांसमोर नमस्कार करून घेणं त्यांना नको वाटायचं. शिवाय रोजच घरात लोक येऊन बसायचे. त्यामुळे घरात अडचण होऊ लागली. नित्यकर्म मोकळेपणानं करता येईनात. हे लक्षात घेऊन महाराज घरासमोरच्या विठ्ठल मंदिरात बसू लागले.

संतही दोन प्रकारचे असतात. साईबाबा, गजानन महाराज हे अवलिया संत होते. ते लोक-व्यवहाराला महत्त्व देत नसत. काही निवडक भक्त त्यांच्याजवळ असत. त्यांच्या वागण्यावरून, कृतींवरून ज्याला जो अर्थ कळेल, तोच त्यांचा उपदेश. त्यांनी भक्तांच्या ऐहिक समस्याही सोडवल्यामुळे लोक त्यांच्या सांगण्याप्रमाणे वागत. पण ते प्रवचनं, उपदेश करीत नसत.

गोंदवलेकर महाराजांसारखे संत मात्र लोकरीतीची मर्यादा पाळत. प्रवचनांतून, बोलण्यामधूनही लोकांना उपदेश करत. लोकांचा कंटाळा न करता पुन्हापुन्हा आग्रहानं आणि विलक्षण प्रेमानं सांगून लोकांना भक्तिमार्गाकडे वळवीत. महाराजही विलक्षण गोड आणि प्रेमानं बोलायचे. एखाद्या माणसानं त्यांचं ऐकलं नाही, तर पुन्हापुन्हा तितक्याच प्रेमानं सांगायचा कंटाळा ते करत नसत.

महाराज परत आल्याची बातमी खातवळला पोहोचलीच. सरस्वतीला केवढी उत्कंठा लागली असेल त्यांना भेटायची! पण कुलस्त्रीची मर्यादा विलक्षण असते.

कदाचित मनात शंकेची पाल चुकचुकली असेल - 'बैरागी बनलेल्या आपल्या नवऱ्याला संसाराची इच्छा उरली असेल की नाही?' गेल्या वर्षी आलेल्या बैराग्याने म्हटले होते, की तिचा संसार उत्तम होईल... मग तोच आशीर्वाद आठवून ती शांत राहत होती.

तिचे वडील, महाराजांचे सासरे मात्र गोंदवल्याला गेले. महाराजांनी त्यांना नमस्कार केला. रावजींनी आणि गीतामाईंनी यथोचित पाहुणचार करून त्यांना चार दिवस ठेवून घेतले. शेवटी न राहवून त्यांनी मुलीला गोंदवल्याला पाठवण्याचा विषय काढला. पण महाराजांना आपल्या पत्नीला सन्मानानं गोंदवल्याला आणायचं होतं. त्यामुळे गृहस्थाश्रम स्वीकारण्याची त्यांची इच्छाही तिला कळली असती. म्हणून ते म्हणाले, ''आपण त्रास घेऊ नये. मी स्वत: येऊन तिला घरी आणतो.'' सासऱ्यांच्या मनावरचं मणामणाचं ओझं दूर झालं.

महाराजांनी अधिकृत संन्यास घेतला नव्हता. तो घ्यायचाही नव्हता. गृहस्थाश्रमात साधना कशी करता येते, गृहस्थधर्म कसा पाळावा याचं प्रात्यक्षिक दाखवण्यासाठीच तर त्यांनी जन्म घेतला होता.

भगवद्गीतेत श्रीकृष्णानं म्हटलं होतं,

यद्यदाचरति श्रेष्ठस्तत्तदेवेतरो जनः।
स यत्प्रमाणं कुरुते लोकस्तदनुवर्तते॥ (३.२१)
न मे पार्थास्ति कर्तव्यं त्रिषु लोकेषु किञ्चन।
नानावाप्तमवाप्तव्यं वर्त एव च कर्मणि॥ (३.२२)

श्रेष्ठ माणसं ज्याप्रमाणे वागतात त्याप्रमाणे इतर लोक वागतात. मला या तिन्ही जगांत करण्यासारखं असं कुठलंही कर्तव्य नाही. (तरी मी लोकांना कर्तव्य कसं करायचं हे दाखवण्यासाठी ते करतो.)

महाराजांचंही तसंच होतं.

त्यांची कीर्ती वाढत होती. खूप मोठे मोठे अधिकारी लोक त्यांना भेटायला येत. आता यातून त्यांना संसार करायला वेळ तरी कसा मिळणार, अशी शंका आईवडील, मित्र सगळ्यांनाच वाटत होती. आई आणि महाराजांचे मित्र आपसांत कुजबुजत होते.

''मी काय म्हणते, ही कौपिन, जटा, खडावा, अंगभर फासलेलं भस्म, कुबडी आणि हातात आपली ती माळ! साधूच दिसतोय ना हा?''

‘‘हो माई... आणि लोकांचं काय जातंय हो, ‘साधू साधू’ म्हणून पाया पडायला.’’

‘‘नाहीतर काय! सगळे आपले आपापल्या घरच्या कटकटी सोडवायला याला नमस्कार करतात. पण याच्या घराचं काय? ते कधी धड सुरू होणार?’’

‘‘काही नाही, माई, आधी याचं ते बैराग्याचं रूप बदललं पाहिजे. अहो, कुठल्याही मुलीला आपला नवरा चारचौघांसारखा दिसावा असं वाटणार नाही का?’’

‘‘पण मग तुम्हीच बोला ना हे त्याच्यापाशी. या वयात मित्रांचं बोलणं पटतं हो जास्त.’’

शेवटी त्यांचे मित्र चिंतुबुवांनी हा विषय काढलाच त्यांच्यापाशी!

‘‘गणूबुवा, तू काही संन्यासी नाहीस. मग आता या जटा काढ की! अरे, आता वहिनींना आणायचंही कबूल केलंयस तू.’’

महाराज म्हणाले, ‘‘माझी काही हरकत नाही या जटा-बिटा काढायला. पण त्याचा विधी असतो. होमहवन, अन्नसंतर्पण करावं लागतं. मोठा खर्च येतो त्याला.’’

मित्रही जिवाभावाचे! ते म्हणाले, ‘‘एवढंच ना! चल. आम्ही सगळे मिळून खर्च करतो म्हणे. मग तर झालं?’’

महाराजांनी संमती दिली. मग शास्त्रोक्त पद्धतीने होम-हवन होऊन, भरपूर अन्नदान होऊन महाराजांचा जटाभार उतरवला. महाराज गृहस्थाश्रमी माणसासारखे दिसू लागले. मग खातवळला गेले. तिथेही चार दिवस त्यांचा मोठा पाहुणचार झाला. त्यानंतर सरस्वतीला घेऊन ते गोंदवल्याला परतले.

गीतामाईंनी पुन्हा एकदा उंबरठ्यावर माप ठेवलं आणि समृद्धी घेऊन ‘लक्ष्मी’ घरात आली.

महाराजाचं गृहस्थजीवन सुरू झालं. घरची श्रीमंती होती. रावजी कुलकर्णीपदाची कामं अजून बघत होते. शेतावर चक्कर मारणं, तिथे प्रसंगी शरीरकष्टाची कामं करणं, काही करवून घेणं हे तर अधूनमधून असायचं. पण त्यांचा रोजचा दिनक्रम मात्र पूर्णपणे ईश्वरसेवेचाच होता.

ते पहाटे उठत. आपलं आवरून विठ्ठल-रुक्मिणीचं दर्शन घेत. आईवडिलांना नमस्कार करीत. काकड आरती करून भजन करीत. दासबोधावर थोडं निरूपण करीत. पण लोक अजूनही त्यांच्या दर्शनाला येतच होते. काही जिज्ञासू, काही

आर्त... महाराज त्यांच्याशी बोलत. सगळ्यांचं प्रेमानं ऐकून घेत. प्रत्येकाचं समाधान करीत. मग स्नानसंध्या करून जेवण करीत. बाजरीची भाकरी, किंचित जास्त तिखट आमटी, भात, दही, ताक हे त्यांचं आवडीचं जेवण! मग विश्रांती घेऊन ते दुपारी विठ्ठल मंदिरात पोथीवाचन करीत. रात्रीचं हलकं भोजन झालं, की भजन, आरती, आईवडिलांना नमस्कार करून झोपी जात.

'सरस्वती' त्यांना साजेल अशीच होती. दिसायला सुंदर, बुद्धीनं चतुर, कुटुंबवत्सल, सुसंस्कारी होती. तिनंही भरपूर नामसाधना केली होतीच. त्यामुळे तिचीही अध्यात्माकडे ओढ होती. आपल्या पतीचा अध्यात्मातला अधिकार ती जाणून होती. तिनं त्यांना पतीबरोबरच गुरूही मानलं होतं. घरचे आईवडिलांचे संस्कार उत्तम होतेच. त्यामुळे पतीच्या आधी उठून ती कामाला लागायची. सडा-रांगोळी, स्नान, तुळशीची पूजा करायची.

सासू-सासऱ्यांना नमस्कार करून मग गायी-वासरांना वैरण घालणं, दुधा-दह्याची व्यवस्था बघणं, स्वयंपाक वगैरे ती करत असे. या दैनंदिन कामातही महाराज तिला छोट्या-मोठ्या गोष्टी शिकवत. देवाचा हार कसा करायचा, तूप कसं वाढायचं इथपासून ते देवाची भक्ती कशी करायची, अनुसंधान कसं टिकवायचं हे सारं ते सांगत.

घरच्या कर्त्या बाईला चार माणसांना सांभाळून घ्यावं लागतं. प्रत्येकाचे स्वभाव वेगळे. अपेक्षा वेगळ्या. माहेरी काही गोष्टींची सवय असते. सासरचं घर वेगळं. तिथल्या पद्धती वेगळ्या... त्यांच्याशी जुळवून घ्यावं लागतं. कधी निंदा पचवावी लागते. हळूवारपणे महाराजांनी हेही शिकवलं तिला. त्यांची शिकवण्याची पद्धत मोठी गोड. शिकवताना ते कुणाचा अपमान करीत नसत, की कुणाचं मन दुखवेल असं बोलत नसत. त्यामुळे आधीच लोक त्यांना सहज वश होत. त्यांचं ऐकत. त्यात सरस्वतीनं त्यांना गुरूपदच दिलेलं. त्यामुळे ती त्यांचा शब्द खाली पडू देत नसे.

एखाद्याचं प्रेमानं कौतुक केलं, तर तो गर्वानं फुगत नाही. उलट त्याला अधिक चांगलं वागण्याची प्रेरणा मिळते हे महाराजांना माहीत होतं. आपल्या सद्गुणी पत्नीवर त्यांचं मनापासून प्रेमही होतं. त्या काळात पती-पत्नी चार जणांसमोर एकमेकांशी बोलायचे नाहीत. एकांतात मात्र महाराज सरस्वतीचं कौतुक करीत. तिला प्रोत्साहन देत. त्यामुळे ती अधिकच आनंदानं, जास्तीत जास्त अचूकपणे संसार सांभाळत

होती. ते तिला तेव्हा आपल्या प्रवासातल्या गंमतीही सांगत. खातवळच्या बाहेर न पडलेली सरस्वती महाराजांच्या गप्पांमधून सगळा भारत कल्पनेनं फिरून येई. आपल्या सद्गुरूंबद्दल महाराज भरभरून बोलत. नाही म्हटलं तरी माहेरी महाराजांची प्रतीक्षा करत घालवलेल्या दिवसांत सरस्वतीची भरपूर साधना झाली होती. नामस्मरण, दासबोध वाचन, मानसपूजा हेच तिचं काम होतं. आता प्रपंचाच्या जबाबदाऱ्या पेलतानाही अनुसंधान सुटलं नव्हतंच. त्यामुळे महाराजांच्या सद्गुरूंना तुकामाईंना भेटण्याची ओढ तिला लागली. महाराजांनी तिला आश्वासन दिलं, ''आपण केव्हातरी जाऊ तिकडे.''

रावजी आता थकत चालले होते. त्यामुळे वडील-मुलाच्या नात्याने महाराज कुलकर्णीपदाची सारी कामं पाहू लागले. गावचं कुलकर्णीपण साधं नसायचं. स्वतःची जमीन, कुलकर्णीपणाची जमीन बघायची. गावातल्या बारा बलुतेदारांची व्यवस्था नीट पाहायची, सारा वसूल करायचा, जमिनीची मोजणी करायची, मामलेदार आले, तर सगळं दप्तर घेऊन त्यांना दाखवायला जायचं. लोकांवरही अन्याय होऊ द्यायचा नाही. वरिष्ठांना राग येऊ द्यायचा नाही. हे सारं जमण्यासाठी चाणाक्षपणा हवा. चतुराई, बुद्धिमत्ता हवी. नियमांचं ज्ञान हवं. संवादात कौशल्य हवं. हे सगळे गुण महाराजांमध्ये होते. इतका चांगला कुलकर्णी गावाला कधी मिळाला नाही, असं लोक म्हणू लागले.

संत किंवा ईश्वराचा भक्त म्हणजे भोळा-भाबडा, व्यवहार न कळणारा, नुसतेच देव-देव करत बसणारा आळशी असा नसतो. तो बुद्धिमान, उत्साही, तरतरीत असतो. सगळी व्यावहारिक, व्यावसायिक कामं अत्यंत चोख करतो. साधा प्रापंचिक माणूस एक वेळ चुकून किंवा स्वार्थापोटी मुद्दाम कामात चूक करू शकेल; पण ईश्वरभक्ताचं सारं आयुष्य, पद, पैसा सारं ईश्वराला अर्पण करून स्वतः त्याचा प्रतिनिधी म्हणून म्हणा, सेवक म्हणून म्हणा, ईश्वरालाच अर्पण करून निष्काम भावनेने कर्म करीत असतो. त्यामुळे तो उत्तमच कर्म करतो.

पण गोंदवले गावाला उत्तम कुलकर्णी मिळावा यासाठी महाराजांचा जन्म झाला नव्हता. त्यांना तर जगाचं कुलकर्णीपण सांभाळायचं होतं. लोकांनी उपासनेचा 'सारा' भरावा यासाठी उद्बोधन करायचं; त्याचा हिशोब भगवंताला द्यायचा; एखादा सारा नाही भरू शकला, तर त्याला थोडं सांभाळून घेऊन त्याचा उद्धार करायचा... हे कुलकर्णीपण त्यांच्याशिवाय कोण सांभाळणार?

मग देवानंच त्यांच्या मनात जरा कंटाळा निर्माण करायला सुरुवात केली.

'उपजीविकेसाठी शेती आहे, घरात पिढीजात श्रीमंती आहे. बास की... हे सरकारी काम कशाला करत बसतोस? तुला देण्यासाठी मोठं काम आहे माझ्याकडे. आणि हो, ते तूच करू शकशील. दुसरं कुणी नाही.' असं जणू देवच त्यांना सांगत असेल. म्हणून महाराजांनी एका बदली माणसाला हे काम दिलं आणि स्वतः कुलकर्णीपणाच्या कामातून मोकळे झाले.

चरित्रबोध

साधनेसाठी गृहस्थाश्रम सोडावा लागत नाही.

श्री क्षेत्र गोंदवले येथील थोरले राम मंदिरातील
प्रभू श्रीरामचंद्र, सीतामाई व लक्ष्मण यांच्या मूर्ती

जगाच्या कल्याणा संतांच्या विभूती

भ्रमणगाथेचा पुढचा अध्याय

या काळात महाराज निवांत बसले नव्हते. खरं म्हणजे संत कधी निवांत बसत नाहीत. ते जे करतात, तो त्यांचा सहजस्वभाव असल्यामुळे त्यांना त्याचा त्रास होत नाही. शिवाय ते प्रत्येक कर्म ईश्वरार्पण बुद्धीने करतात. जे घडतंय, ती त्याची इच्छा आहे. करणारा, माझ्याकडून करवून घेणारा तोच आहे हा भाव ठेवल्याने स्वतःकडे कर्तेपण येत नाही आणि जबाबदारीचा थकवा येत नाही, एवढंच.

माणूस प्रथम पोटापाण्याची भूक भागवण्यासाठी काम करतो. त्यानंतर आर्थिक स्थैर्यासाठी, स्वतःची ओळख निर्माण व्हावी, ती टिकावी म्हणून काम करतो. भौतिक गोष्टी पूर्ण झाल्या, की स्वतःचा शोध घेण्यासाठी काम करतो. पण आत्मशोध पूर्ण झाला, तरी संतांचं काम पुढे चालूच राहतं. लोकांना ईश्वराची, अंतरात्म्याची ओळख करून देण्यासाठी संत जन्म घेतात.

बुडती हे जन। न देखवे डोळा। म्हणूनी कळवळा। येत असे॥

अशी त्यांची अवस्था असते. म्हणून महाराजही वेगवेगळ्या गावी या ना त्या निमित्ताने जाऊन लोकांना भगवंताच्या नामाकडे वळवण्याचा प्रयत्नात असत.

काही दिवसांसाठी पंढरपूरला जाऊन आल्यावर महाराज आईला पुन्हा म्हणाले, ''मला गुरुमाउलीला भेटावंसं वाटतंय.'' त्या माउलीला तर धक्काच बसला असेल. आता पुन्हा हा गुरूंकडे जायचं नाव काढतोय. कधी परत येईल काय माहीत! त्याला घरी परत आणणारं कुणीतरी त्याच्याबरोबर असावं म्हणून की काय, आई म्हणाली, ''तुला काय करायचं ते कर बाबा! पण आता बायकोला घेऊन जा. तिला एकटीला इथे नको ठेवू.''

सरस्वतीला तर काय? महाराजांची संगत हवीच होती. शिवाय महाराज म्हणालेही होते, की 'एकदा आपण तुकामाईंकडे जाऊ'. त्यामुळे सरस्वती तर तयारच होती.

महाराज तर त्रिकाल द्रष्टे! सरस्वती आपल्याबरोबर येणार हे त्यांना माहीत असणार. शिवाय तिनेच ती इच्छा व्यक्त केली होती. ते 'हो'देखील म्हणाले होते. तरीही त्यांनी तिची परीक्षा घेतली. कारण सरस्वतीचा हा प्रवास केवळ पतीबरोबर केलेला पत्नीचा प्रवास नव्हता. तो एका शिष्येचा आपल्या सद्गुरूबरोबर होणारा आध्यात्मिक प्रवासही ठरणार होता. या प्रवासाला ती योग्य आहे की नाही, हे त्यांना पारखून पाहायचं होतं. म्हणून आधी त्यांनी प्रवासातले कष्ट, वाटेत येणारी संकटं यांची भरपूर वर्णन केली. पण ती पतिव्रता कसली मागे हटतेय!

''तुम्ही सोबत असताना जे कष्ट व्हायचेत ते होऊ देत.'' असं म्हणून ती पक्का निश्चय करून बसली.

मग महाराज हळूच मध्यरात्री उठले आणि निघाले. पण सरस्वती जागीच होती. तीही त्यांच्याबरोबर निघाली. महाराज मुद्दामच रागवून बोलले. ती शांतपणे त्यांच्याबरोबर चालत राहिली. महाराज पळत निघाले. तीही पळायला लागली. शेवटी त्यांनी तिला दगड फेकून मारायला सुरुवात केली. ते अशा चातुर्याने दगड फेकत होते, की एकही तिला लागू नये आणि आजूबाजूला जाऊन पडावेत. तरी ती हटली नाही. मग मात्र महाराज तिच्या जवळ आले आणि म्हणाले, ''सद्गुरूंच्या दर्शनासाठी तू अगदी योग्य आहेस. चल जाऊ या.''

अध्यात्माच्या मार्गात परमेश्वरही आपल्यावर छोट्याछोट्या अडचणी, छोटी संकटं, तर कधी आपल्याच स्वभावातले दुर्गुण यांचे दगड आपल्यावर टाकत असतो. आपल्याला इजा होणार नाही याची काळजी घेतो; पण आपली परीक्षा घेतो. एवढ्याने आपल्यामधला ईश्वरावरचा विश्वास ढळला नाही, आपण घाबरलो नाही; तर आपला हात धरून तो त्या दिव्य मार्गावरून आपल्याला नेतो.

एकदा परीक्षेत उत्तीर्ण झाल्यावर महाराजही सरस्वतीला झेपेल इतकाच प्रवास रोज करत सावकाश येहळेगावला आले. तुकामाई घरीच होते. आईपेक्षाही अकल्पनीय असं उत्कट प्रेम करणारी गुरुमाय! केवढा आनंद झाला त्यांना या दोघांना बघून! दोघांनी त्यांना जोडीने नमस्कार केला. गुरूंनी त्यांच्या तोंडात साखर घातली. दोघांना आठ दिवस ठेवून घेतलं. विलक्षण कौतुक केलं.

परतताना सरस्वतीने तुकामाईंना नमस्कार केल्यावर त्यांनी विचारलं, ''माय, तुला काय हवं?''

साधक असली, तरी तरुण संसारी स्त्री ती! तिनं साहजिकच मागितलं, ''मला 'यांच्या'सारखा मुलगा द्या.'' महाराज आणि तुकामाई दोघे चमकले. मग एकमेकांकडे बघून हसले. पण तुकामाईंनी म्हटलं, ''तथास्तु'' आणि खणा-नारळानं तिची ओटी भरली.

येहळेगाव सोडलं. महाराज जरा अबोल झाले होते. सरस्वतीनं कारण विचारल्यावर ते म्हणाले, ''तुकामाईजवळ तू हे काय मागितलंस? अगं, अमृतकुंभ घेऊन देव उभा होता आणि तू ताक मागितलंस. सद्गुरू काहीही देऊ शकतात. पण अशाश्वत गोष्टी त्यांच्याकडे मागू नयेत गं! सरस्वती, आपल्याला मुलगा होईल. पण तो फार अल्पायुषी असेल.''

सरस्वतीला हे ऐकून फार वाईट वाटलं. हे वाईट वाटणं नक्की कशाचं होतं, कुणास ठाऊक. तिच्या स्त्रीमनाला मुलगा हवासा वाटला, वात्सल्याची ओढ लागली, म्हणजे अजून तिच्या स्त्रीसुलभ भावना जाग्या असणार. त्यामुळे मुलगा होण्याआधीच तो अल्पायुषी असणार आहे या कल्पनेनं तिला नक्कीच वाईट वाटलं असेल. पण ती एक साधकसुद्धा होती. आध्यात्मिक मार्गावर तिची प्रगती खूपच चांगली झाली होती. त्यामुळे खरोखरीच आपण असं कसं अशाश्वत सुख मागितलं, याचा तिला पश्चात्तापही झाला असेल. अर्जुनानं कृष्णाला शरण जावं, तशी अखेरीस ती महाराजांना शरण गेली आणि म्हणाली, ''आता या देहाचं सार्थक करा. मला शाश्वताचा मार्ग दाखवा.'' मग मात्र महाराजांनी तिला योगदीक्षा देण्याचं ठरवलं.

ते दोघं नाशिकला आले. एका मंदिरात थांबले. सरस्वती महाराजांची पत्नी होती. त्यांचं तिच्यावर खूप प्रेम होतं. पण हे नातं फक्त ऐहिक नव्हतं. आजपर्यंत जेव्हा जेव्हा परब्रह्मानं या पृथ्वीवर अवतार घेतलाय, तेव्हा तेव्हा त्याच्याबरोबर शक्तीचंही अवतरण झालंय. वेगवेगळ्या नात्यानं शक्ती परब्रह्माबरोबर राहिली आहे. ज्ञानेश्वर-मुक्ताई, रामकृष्ण परमहंस-सारदा माँ, योगी अरविंद-मदर, विवेकानंद-भगिनी निवेदिता... भाऊ-बहीण, पती-पत्नी, गुरू-शिष्या या विविध स्वरूपांत शक्तीने परब्रह्माला साथ दिली आहे. महाराज आणि सरस्वती यांचं नातंही असं पारमार्थिक होतं; पण संसारही करून दाखवायचा होता, म्हणून या विश्वमंचावर ते पती-पत्नीचा

खेळ खेळले एवढंच! एरवी आपल्या सुरेख पत्नीला स्वत:च जोगिणीचा वेष कोणता पती देऊ शकेल? महाराजांनी तो दिला.

तिचे सुंदर, काळेभोर, मऊ केस मोकळे सोडून त्यांनी स्वत:च्या हातांनी वडाचा चीक लावून त्याच्या जटा बांधल्या. रंगीत वस्त्रांऐवजी पांढरी वस्त्रं नेसायला दिली. हातातल्या काचेच्या बांगड्या उतरवल्या. त्या जागी तुळशीच्या माळा बांधल्या. कपाळावरचं कुंकू पुसलं, गळ्यातलं मंगळसूत्र काढलं. त्या काळातल्या कुठल्या सुवासिनीला हे सहन झालं असतं? पण सरस्वती कुणी सामान्य स्त्री नव्हती. इतक्या साधनेनंतर तिला हे ज्ञान नक्कीच झालं होतं, की तिच्या पतीचं जीवित या कुंकू-मंगळसूत्राशी जोडलेलं नव्हतं. तो अजन्मा होता. अवस्थातीत, अमर होता. या क्षणी महाराज तिचे सद्‌गुरू होते आणि सद्‌गुरू हे एक अविनाशी तत्त्व असतं. तिने कपाळावर भस्म रेखलं. गळ्यात तुळशीची माळ घातली. हातात रुद्राक्षांची माळ घेतली. आता ती तेजस्वी योगिनी दिसू लागली. महाराजांनी तिला जप करत राहायला सांगितलं. गुर्वाज्ञा मानून सरस्वतीने जप सुरू केला.

मंदिराच्या एका कोपऱ्यात सरस्वती बसलेली असे. दुसऱ्या कोपऱ्यात महाराज. दोघांच्या साधना सुरू होत्या. सद्‌गुरू जरी 'सिद्ध' झालेले असले, पूर्ण साक्षात्कारी असले, तरी ते आपली साधना सोडत नाहीत. आई कितीही शिकलेली असली, तरी बाळाला शिकवण्यासाठी पाटी आणि अंकलिपी हातात घेते, तसे सद्‌गुरू साधकांना 'साधना कशी करावी' हे दाखवून देण्यासाठी साधना करतात.

एके दिवशी एक फौजदार त्या मंदिरात आला. त्याने एका कोपऱ्यात जप करत बसलेल्या सरस्वतीला पाहिलं. 'शिडशिडीत अंगयष्टीची ही गोरीपान, देखणी स्त्री कुण्या राजाची राणी असली पाहिजे. ही जोगिणीसारखी का बसली आहे? वयही तरुण आहे. अजून तर जीवनाचा रस हिनं चाखलाही नसेल, तोवर ही अशी नीरस आयुष्य का जगतेय?' त्याला प्रश्न पडला. त्याला काय माहीत, ईश्वरभक्तीचा अमृतरस एकदा प्यायला, की माणसाला दुसरं काहीच आवडत नाही. त्याचं आयुष्य रसमय होतंच!

तो अज्ञानी फौजदार तिची चौकशी करू लागला. सौजन्य म्हणून सरस्वती थोडं बोलली; पण तो रोजच मंदिरात चक्कर मारून लघळपणा करू लागला. महाराज हे बघत होते. पती म्हणून ते मध्ये पडून हा प्रकार थांबवू शकत होते. पण ते गुरूही होते ना. त्यांना पाहायचं होतं, सरस्वती यावर कशी मात करतेय?

खरं तर सरस्वतीनं स्वत:च सांगितलं असतं, तर महाराजांनी स्वत: त्याचा बंदोबस्त केला असता. पण सरस्वतीनं तसं सांगितलं नाही. महाराज सगळं तर बघत आहेत. ज्या अर्थी ते मध्ये पडत नाहीत; त्या अर्थी तिला धोका नाही. किंचितही धोक्याची चाहूल लागली असती, तर ते आले असते हा विश्वास तिला होताच.

आपल्याला एखादा त्रास होत असेल, तर ईश्वराला किंवा सद्‌गुरूंना सगळं दिसतंय. आपण सांगायची गरज नाही. तशीच वेळ आली, तर ते नक्की धावून येतील असा विश्वास असणं किती महत्त्वाचं आहे ना?

एखादी घटना घडत असताना ती त्रासदायक असेल, तरी तिच्यावर 'प्रतिक्रिया' म्हणून लगेच संतापायचं किंवा रडायचं नाही हीदेखील अध्यात्मातलीच एक पायरी आहे. घटनेवर विचार करून एक तर तिला 'प्रतिसाद' द्यायचा; म्हणजे शांतपणे, टोकाला न जाता, सारासार विचार करून वागायचं किंवा आपलं चित्त विचलित होऊ न देता त्या घटनेकडे दुर्लक्ष करून आपल्या पद्धतीनं वागत राहायचं. हे संतांना अभिप्रेत असतं. म्हणून या प्रसंगी काही न करता महाराज पाहत राहिले होते. सरस्वती स्थितप्रज्ञ साधकासारखं दुर्लक्ष करत होती.

पण स्थितप्रज्ञ म्हणजे निर्बुद्ध किंवा असाहाय्य नव्हे. विवेकानंदांनी स्वत:च्या आयुष्यात खूप टीका सहन केली. आरोप शांतपणे सोसले. पण बोटीमध्ये एक परदेशी माणूस हिंदू धर्माविरुद्ध बोलायला लागल्यावर मात्र त्यांनी आपलं तेज आणि सामर्थ्य दाखवलं. त्या माणसाला पकडून त्यांनी समुद्रात फेकून देण्याचीच धमकी दिली.

सरस्वतीच्याही बाबतीत तसंच झालं. तो फौजदार एकदा महाराजांबद्दल अपमानास्पद बोलला. मग मात्र सरस्वती महाकालीप्रमाणे संतापली आणि म्हणाली, ''या मंदिरात पाय टाकशील तर खबरदार! तुझं असं वाटोळं करीन, की जन्मभर रडशील.'' एका सात्त्विक साधिकेचा हा तेजस्वी रुद्रावतार बघून तो फौजदार जो तिथून गेला, तो परत आलाच नाही.

आता महाराजांना सरस्वतीबद्दल आणखीनच खात्री पटली आणि त्यांनी तिला योगमार्गाची दीक्षा द्यायला सुरुवात केली. सिद्धासन घालायला शिकवलं. श्वासाबरोबर नाम कसं घ्यावं हे शिकवलं. मानसपूजा शिकवली. योगमुद्रा शिकवल्या आणि भगवंताचं ध्यान कसं करायचं हेही शिकवलं. सरस्वतीने हा अभ्यास अगदी मनापासून केला. हा काळ सहा महिने किंवा थोडा जास्त असेल. महाराज तेव्हा भिक्षेला जात. दोघे मिळेल ते खात. कधी कधी काहीच मिळालं नाही

किंवा भिक्षेला जाणं झालं नाही, तर उपोषण घडे. ते सगळं सरस्वती आनंदानं सहन करी. इथेही महाराजांकडे लोक येत. ते त्यांना नाम घ्यायला लावत. या अलौकिक पती-पत्नींचा हाच खरा संसार होता. विलक्षण आनंदाचा!

हळूहळू सरस्वतीची वृत्ती नामामध्ये लीन होऊ लागली. आता तिचा साधनेचा मार्ग ती एकटीही उत्तम चालू शकेल, याची खात्री महाराजांना पटली. त्यांनी तिला घरी पाठवायचं ठरवलं. तिची समजूत घातली. ते पुढे प्रवासाला जाणार होते. सरस्वती आता महाराजांना समजून घेऊ शकत होती. फक्त आपलाच नाही, इतर अनेक जीवांचा उद्धार त्यांना करायचा आहे हे तिला पटलं होतं. नाशिकमध्ये कृष्णाजी त्र्यंबक या नावाचे महाराजांचे शिष्य होते. महाराजांनी त्यांच्यावर सरस्वतीला घरी पाठवण्याची जबाबदारी टाकली.

कृष्णाजीपंतांना सरस्वतीचा अधिकार माहीत होता. त्यांनी आपल्या गुरुपत्नीला अत्यंत आदरानं आणि प्रेमानं घरी नेलं. त्यांनी आणि त्यांच्या पत्नीने सरस्वतीला साष्टांग नमस्कार केला. त्यांच्या पत्नीला वाटलं, 'गुरुपत्नी असली, तरी ही तरुण सुवासिनी. उद्या स्वत:च्या घरी जाईल. सासू-सासरे, आईवडील, आपल्या सगळ्या गणगोतात जाईल. या अशा वेषात तिला बघून काय वाटेल त्या सगळ्यांना?'

मग तिनं हळूवार हातांनी सरस्वतीच्या जटा सोडवल्या. न्हाऊमाखू घातलं. मऊ, मुलायम, काळेभोर केस पुन्हा पाठीवर विखुरले. रंगीत साडी-चोळी दिली. गळ्यात मंगळसूत्र घातलं. कपाळावर कुंकू लावलं आणि हातात छान रंगीत बांगड्या घातल्या. आता सरस्वती पुन्हा मोठ्या घरची लेक, मोठ्या घरची सून दिसू लागली. तिला चार-पाच दिवस आग्रहानं ठेवून घेतलं.

मग कृष्णाजीपंत तिला घेऊन तिच्या सख्ख्या बहिणीकडे नात्यापुत्याला गेले आणि तिला तिथे सोपवून परत आले.

ती तिथे आहे हे कळल्यावर तिचे आईवडील तिला भेटायला गेले. किंचित कृश झालेल्या पण तप:पूत लेकीला बघून आईनं प्रेमानं मिठी मारली. वडिलांनी लांबूनच उपरणं डोळ्याला लावलं. नंतर गप्पा मारताना सरस्वतीनं त्यांना प्रवासवर्णन, तुकामाईंशी भेट, नाशिकमधलं योगसाधन हे सगळं सांगितलं.

सरस्वतीची आई तशी साधी बाई. कुलकर्णीपणाचं सुख भोगलेली. अंगावर गोठपाटल्या ल्यायलेली. खात्यापित्या प्रतिष्ठित घरची गृहिणी. आपली मुलगी असा

जोगिणीचा वेश घेऊन मंदिरात राहत होती, भिक्षेवर जगत होती हे त्या माउलीला दु:खदच वाटलं.

''तुला फार कष्ट भोगावे लागले गं बाळ! इतकं चांगलं श्रीमंत स्थळ बघून दिलं, पण तुझ्या नशिबातच हे लिहिलं होतं.'' असं म्हणून त्या रडू लागल्या.

मग मात्र सरस्वतीनं त्यांना सांगितलं, ''नशीब! अगं आई, असं नशीब मिळायला किती जन्मांची पुण्याई लागते, मला माहीतही नाही. ईश्वरकृपा आणि सद्गुरूकृपा असल्याशिवाय हे भाग्य मिळत नाही, आई! माझं भाग्य फार फार थोर म्हणून तुम्हाला असा जावई मिळाला. माझं कल्याण फक्त आणि फक्त त्यांच्या पायाशीच आहे.''

तिथून सरस्वती गोंदवल्याला आपल्या घरी गेली. महाराजांची खुशाली सांगून तिनं सासू-सासऱ्यांची काळजी दूर केली. त्यांनाही महाराजांची महानता पटवून दिली. तुमच्या पोटी अलौकिक पुरुष जन्मला आहे हे तिनं त्यांना सांगितलं. आता ती गोंदवल्यातच राहून गृहिणीच्या, सुनेच्या जबाबदाऱ्या पार पाडत राहिली आणि तिची योगसाधनाही सुरूच होती.

तिची वृत्ती नामात इतकी रंगली होती आणि मानसपूजेत इतकी तल्लीनता होती, की महाराज तिला रोजच भेटत होते. आपण पतीशिवाय एकट्याच सासरी राहतो आहोत असं तिला कधी वाटलंच नाही.

इकडे महाराज इंदूर, काशी, अयोध्या, नैमिषारण्य इ. ठिकाणी जाऊन पुन्हा गोंदवल्याला आले. सरस्वतीची आणि त्यांची दहा महिन्यांनी भेट झाली.

चरित्रबोध

भारतीय संस्कृतीमधे पतीपत्नीचे नाते हे फक्त भौतिक नसून शिवशक्तिस्वरूप आहे.

श्री क्षेत्र गोंदवले येथील समाधी मंदिरातील
प्रभू गोपाळकृष्णाची मूर्ती

गृहस्थाश्रम, शिष्यभेट

होणारे न चुके

महाराज गोंदवल्याला राहू लागले. परमार्थाबरोबर प्रपंचाला सुरुवात झाली. १८७६-७७चा काळ. महाराष्ट्रात दुष्काळाचं मोठं संकट ओढवलं. वर तळपता सूर्य, खाली भेगाळलेली जमीन. एखादाही ढग आशा पल्लवित करण्यापुरताही येत नव्हता. लोक हवालदिल झाले. थोडी फार शेती बाळगून असणाऱ्यांनाही खायला-प्यायला मिळेना. सरकारनं दुष्काळी कामं काढली. पण सरकार तरी कुठं आपलं होतं?

संत मुळातच करुणेचे सागर. लोकांचं दु:ख त्यांना सहन होत नाही. एकदा आत्मतत्त्व सगळीकडे पाहिल्यानंतर स्वत:मध्ये आणि दुसऱ्यामध्ये भेदच उरत नाही. त्यामुळे त्यांना दुसऱ्यांची दु:खं स्वानुभवाला येतात. महाराज प्रापंचिक असले तरी नि:संशय संत होते. त्यांना उपाशी लोकांचे हाल बघवेनात.

शिवाय ते गावाचे कुलकर्णीही होते. त्यामुळे हे दु:ख दूर करण्याचं सामर्थ्यही त्यांच्यामध्ये होतं. त्यांनी आपल्याच शेतांमध्ये दुष्काळी कामं काढली. काम करणाऱ्या प्रत्येक माणसाला एक मोठी भाकरी आणि एक मोठं भांडं भरून आमटी दिली जायची. दिवसेंदिवस लोकांचा लोंढा वाढतच गेला. जवळजवळ दीड हजार लोक अन्न घेऊन जात. त्यांचं हे काम बघून औंधचे राजेसाहेबही त्यांना नमस्कार करून गेले.

हा काळ पारतंत्र्याचा होता. ब्रिटिश राजवटीविरुद्ध असंतोष वाढत चालला होता. अनेक क्रांतिकारक गुप्तपणे देशासाठी कार्य करत होते. सशस्त्र क्रांतिकारकांनी तर आपले प्राण मातृभूमीसाठी अर्पण करायचंच ठरवलं होतं.

आपली मातृभूमी आणि आपली संस्कृती याबद्दल संतांनीही विलक्षण आदर असतोच. 'वसुधैव कुटुंबकम्' हे जरी त्यांचं तत्त्व असलं, तरी हे तत्त्व शिकवणारी

आपली भारतभूमी सर्वांना देवस्वरूपच असते. त्या काळातल्या सगळ्या संतांनाही मातृभूमीचं प्रेम होतंच. पण संत त्रिकालज्ञानी असतात. कृष्ण जन्मण्यापूर्वी कंसाचा अन्याय मथुरेनं सहन केला. रावणाचे अन्याय आणि चंगळवादाचं तत्त्वज्ञान विकोपाला गेल्यावरच रामानं त्याचा वध केला.

सत्त्व-रज-तमाचा खेळ सतत सुरू असतो. यांचं असंतुलनही प्रत्येक युगात होत असतं. जेव्हा तमोगुण फार मोठ्या प्रमाणात वाढतो, तेव्हा एकदम सत्त्वगुण प्रभावी ठरत नाही. आधी रजोगुण वाढावा लागतो. थोडक्यात आळशी, निष्क्रीय, अन्याय सहन करत पडून राहिलेल्या तमोगुणी समाजात काहीतरी कार्य करण्याचा, चळवळ करण्याचा, अन्यायाविरुद्ध उभं राहण्याचा रजोगुण निर्माण व्हावा लागतो. त्यानंतर समता-बंधुता असलेला सत्त्वगुणी समाज तयार होतो. हा रजोगुण संपूर्ण समाजात निर्माण व्हावा लागतो. एकट्या-दुकट्या माणसामध्ये तो होऊन चालत नाही. ब्रिटिशांचं राज्य इतर जुलमी राजवटींप्रमाणे एकट्या-दुकट्या राजाचं, बादशाहाचं राज्य नव्हतं. या देशाला एक घटना, एक कायद्याची चौकट होती. त्यांचा अभ्यास करून आपलं म्हणणं इंग्लंडमधल्या पार्लमेंटपर्यंत पोहोचवण्यासाठी तसेच शिकलेले लोक गरजेचे होते. एकटा-दुकटा क्रांतिकारक हे करू शकणार नव्हता.

शिवाय संपूर्ण विश्वपटलावर 'भारत' एक स्वतंत्र, समर्थ देश म्हणून उदयाला यायला वेळ होता. पण कदाचित त्या भारतीय संस्कृतीचा पाया तोपर्यंत घट्ट राहावा, धर्मातली योग्य मूल्यं पक्की राहावीत एवढाच प्रयत्न संत करत होते. म्हणून नानासाहेब पेशव्यांनाही महाराज म्हणाले होते, की आता राजकारण वेगळ्या अंगानं जाणार आहे. तुम्ही यात पडू नका.

असाच एक क्रांतिकारक म्हणजे वासुदेव बळवंत फडके. ते फार श्रेष्ठ दत्तोपासक होते. ध्यान, जप, गुरुचरित्राच्या अध्यायांचं पठण, पूजा यांत कधीही त्यांनी खंड पाडला नाही. त्यामुळे आपल्या सशस्त्र क्रांतीला ईश्वरी आशीर्वाद मिळावा यासाठी ते अनेक संतांकडे जाऊन आले. अक्कलकोटचे स्वामी समर्थ, माणिकप्रभू, श्रीकाळबोवा यांच्यापैकी कुणीही त्यांच्या विचारांना पाठिंबा दिला नाही. शेवटी ते गोंदवल्याला आहे. महाराजांनी रात्री एकांतात त्यांना खूप समजावून सांगितलं आणि या विचारापासून परावृत्त करण्याचा प्रयत्न केला. पण काही केल्या त्यांना ते पटेना. उलट महाराजांबद्दल थोडं प्रतिकूल मत घेऊन ते परतले. त्यानंतर त्यांनी बंड केलं, पण ते पकडले गेले आणि एडनला कैदेतच त्यांचा मृत्यू झाला.

आता असा प्रश्न पडू शकतो, की इतक्या कर्तृत्ववान, शूर, देशभक्त आणि धर्मनिष्ठ माणसाला या संतांनी इतक्या चांगल्या कार्यापासून परावृत्त का केलं?

याचं उत्तर थोडं आधी आलंच आहे. क्रांतीसाठी समाजात एक चेतना जागावी लागते, ती तेव्हा जागली नव्हती. हा स्वातंत्र्याचा लढा अनेक पातळ्यांवर लढला जाणं गरजेचं होतं. हे एकट्या-दुकट्या माणसाच्या एखाद्या संघटनेचं काम नव्हतं. स्वातंत्र्यप्राप्तीचा अनुकूल काळ आला नव्हता. शिवाय संतांना बऱ्याच वेळा समोरच्या माणसाच्या आयुष्यात काय लिहिलंय, ते दिसतही असतं. वासुदेव बळवंतांच्या नशिबी यश नाही हे त्यांना कळलंही असेल. म्हणूनही त्यांनी आपल्या परीने त्यांना परावृत्त करण्याचा प्रयत्न केला असेल. शेवटी जे घडणार होतं, ते घडलंच!

संतांच्या हातात शक्ती असली, तरी उगाचच ती शक्ती ते वापरत नाहीत. विशेषत: सृष्टीच्या नियमांमध्ये किंवा ब्रह्माच्या लेखामध्ये उगाचच ढवळाढवळ करत नाहीत. त्यांना जे घडतं त्यात अंतिमत: असलेलं कल्याण दिसत असतं. महाराजांनी स्वत:च्या आयुष्यातल्याही घटना ईश्वरेच्छेप्रमाणे घडू दिल्या.

तुकामाईंच्या आशीर्वादाप्रमाणे सरस्वतीला दिवस गेले. गीताबाईंचा आनंद गगनात मावेना. लाडक्या सुनेला कुठे ठेवू आणि कुठे नको असं त्यांना होत होतं. महाराज आणि सरस्वती शांत होते. कारण त्यांना हेही माहीत होतं, की हे सुख काही काळापुरतंच आहे.

सरस्वतीला मुलगा झाला. अगदी महाराजांसारखा! गीताबाईंनी 'आजी' होण्याचं सुख अनुभवलं. त्या बाळाच्या रूपाने जणू त्या महाराजांचं - त्यांच्या गणूचंच - बाळपण अनुभवत होत्या. संसार कसा तृप्तीनं भरून गेला होता. आता या बाळाचं बारसं मोठ्या थाटामाटात करायचं त्यांच्या मनात होतं. त्यांनी हा विषय बऱ्याच वेळा महाराजांपाशी काढला पण महाराज त्याबाबत शांतच होते. या शांतपणामागचं कारण सरस्वतीला माहीत होतं.

लाडक्या बाळाला ती छातीशी धरून ठेवी. त्याच्या गोबऱ्या-गोऱ्या गालांवर वत्सल ओठ टेकवून जणू सगळं प्रेम त्यातून व्यक्त करी.

सगळ्या आया आपल्या कुशीतल्या लेकराला दीर्घायुष्याचा, आरोग्य, यश, धन, सद्बुद्धी मिळण्याचा आशीर्वाद मनोमन अखंड देत असतात. सरस्वती त्या काही काळापुरत्या आपल्या सहवासात आलेल्या जीवाला कुशीत घेऊन म्हणत असेल, 'बाळा, तुझा पुढचा प्रवास सुखाचा होवो.''

महाराजांचं पितृछत्र ज्याला लाभलं, तो जीव कदाचित मूळचाच पुण्यवान असेल. काही महिन्यांचे देहभोग भोगण्यासाठी या जगात आला असेल. तेवढे भोग संपले आणि एके दिवशी तो जगातून गेला. काही दिवसांतच सरस्वतीला हलका ताप यायला सुरुवात झाली. महाराज थोडे गंभीर झाले. गीताबाईंनी त्यांना सांगितलंही असेल, "पोरीला धक्का बसला असेल हो, बाकी काही नाही. ताप थोडा आहे. वैद्यांनी चाटण दिलंय. बरी होईल ती."

तरी महाराज मौनच!

त्यांना कळून चुकलं होतं, हिची साथ संपली आता. पत्नीच्या नात्यानं खूप सुख दिलं तिनं. शिष्या तर तिच्यासारखी मिळणार नाही. पण आता नात्यांचे हे लौकिक बंध सोडायची वेळ आली आहे. गुरू म्हणून आपल्या शिष्येचा अंतकाळ साधायची वेळ आली आहे. त्यांनी सरस्वतीला विलक्षण धीर देऊन हे सांगितलं. तीही तयारीचीच होती. शेवटचा दिवस आल्यावर तिने स्वतःला स्नान घालायला सांगितलं. सासू सासऱ्यांना नमस्कार केला. महाराजांच्या पायांचं तीर्थ घेतलं. पती म्हणून आतल्या आत एक आवंढा गिळून सद्गुरू म्हणून महाराजांनी तिला आशीर्वाद दिला. तिने सिद्धासन घातलं आणि शांतपणे प्राण सोडला.

प्रपंचातले दोन मोठे पाश सुटले. महाराज पुन्हा प्रवासाला गेले, पण प्रवासातच त्यांना आपोआप कळलं, की आपले वडील रावजीही या जगातून गेले. त्यांची उत्तरक्रिया करायला ते परत आले.

बघता बघता घरात तीन मृत्यू झाले. महाराज मनाशीच श्लोक म्हणत होते -

जिवा कर्मयोगे जनी जन्म झाला । परी शेवटी काळमुखी निमाला ॥
महाथोर ते मृत्युपंथेचि गेले । किती एक ते जन्मले आणि मेले ॥

चरित्रबोध

संतमहात्मे सृष्टिनियमांमधे कधीही विनाकारण हस्तक्षेप करीत नाहीत.

पुन्हा विवाह, पुन्हा रामकार्य

काही महिने गेले. घरातलं वातावरण नाही म्हटलं तरी उदास होतं. त्या काळच्या रीतीप्रमाणे गीताबाईंनी महाराजांजवळ प्रस्ताव मांडला, ‘‘तू पुन्हा लग्न कर.’’ महाराजांनी खूप दिवस टाळलं, पण आईने अगदी धोशाच घेतला. महाराजांनाही माहीत असणारच, की आपल्याला प्रापंचिकाचं आयुष्य जगून दाखवायचं आहे. मग प्रपंचापासून दूर राहून कसं चालेल? त्यांनी आईला अट घातली, ‘‘मी लग्न करेन. पण मुलगी मी स्वतः पसंत करेन.’’ आईनं ती अट मान्यही केली.

मग महाराज गोंदवल्यापासून जवळ असलेल्या आटपाडी गावात गेले. तिथे सखारामपंत देशपांडे नावाचे गृहस्थ होते. पाच-सहा मुलींचे वडील. त्यात चार नंबरची मुलगी आंधळी. सखारामपंतांना खूप काळजी वाटे. कदाचित ते रोज ईश्वरापाशी तिच्या कल्याणाची प्रार्थना करीत असतील. महाराजांसारख्या संतांपर्यंत ईश्वरचरणी केलेली प्रार्थनाही पोहोचलीच असेल. महाराजांनी सखारामपंतांकडे जाऊन त्याच मुलीला मागणी घातली, पण हेही सांगितलं, ‘‘मी असा गोसावी आहे, बरं का! सतत फिरत असतो. नीट विचार करा आणि मुलगी द्या.’’

वृत्तीने गोसावी असले, तरी महाराज जमीनदार होतेच. घर सुखवस्तू होतं. शिवाय मुलीचे वडील म्हणून त्यांनी महाराजांबद्दल चौकशीही केली असेल. आटपाडी गोंदवल्यापासून दूर नाही. त्यामुळे महाराजांची कीर्ती कदाचित त्यांनी ऐकलीही असेल. मुळात आंधळ्या मुलीशी जाणूनबुजून लग्न करणार कोण? त्यामुळे सखारामपंतांचा आनंद आणि आश्चर्य दोन्हींना सीमा उरल्या नाहीत.

महाराज लग्न ठरवूनच आले.

लग्न करायला मात्र एकटेच गेले. नव्या पत्नीसह घरी आले. आईला म्हणाले, ''ही बघ तुझी सून.''

आईने तिला पाहून कपाळावर हातच मारून घेतला. जमीनजुमला आणि घरदार असलेल्या, ३१-३२ वर्षांच्या धडधाकट, बुद्धिमान मुलाला कुणीही हसत हसत अव्यंग, सुरेख मुलगी दिली असती. पण महाराजांनी ही मुलगी निवडली म्हटल्यावर गीताबाईंनीही तिचा स्वीकार केला. तिचं नाव होतं यमुना. पण लग्नामध्ये नाव बदलण्याची प्रथा आहे, त्यानुसार आईनं विचारलं, ''नाव काय ठेवलंस तिचं इकडचं?'' महाराज क्षणभर थांबले आणि म्हणाले, ''सरस्वती.'' खऱ्या अर्थानं आपली सहधर्मचारिणी असलेल्या पहिल्या पत्नीला महाराजांनी आपल्या मनात अमर केलं होतं जणू!

अर्थात ही दुसरी पत्नीसुद्धा त्यांनीच निवडलेली होती. तिला त्यांनी पत्नीचा सन्मान आणि प्रेम दिलंच. एक खास गोष्ट महाराजांनी तिला दिली होती. ती आंधळी असली, तरी महाराज कुठे आहेत, काय करीत आहेत, घरी कधी येणार आहेत हे सारं तिला तिच्या अंतःचक्षुंनी दिसेल अशी सिद्धी तिला दिली होती. त्यामुळे महाराजांबरोबर तिचा संसार सुखात चालला होता.

यानंतर महाराजांचा धाकटा भाऊ आण्णा आणि सासरी नांदणारी बहीण मुक्ताई दोघे कालवश झाले. गीताबाईंचा भरलेला संसार बघता बघता सुना-सुना झाला.

महाराज आता त्यांच्या वंशात एकटेच राहिले. त्यांच्या जमिनी पुष्कळ होत्या. त्यामुळे भाऊबंदांची नजर त्याच्यावर होती. त्यांचं म्हणणं होतं, 'तुम्ही आता बैरागी झाले आहात. शिवाय तुम्हाला ना मूल, ना बाळ... एवढ्या जमिनी तुम्हाला करायच्यायत काय?'

अशा वेळी महाराज तावातावाने भांडायचे. म्हणायचे, ''आत्ता तर मी प्रपंच सुरू केलाय. माझ्या वाटणीची जमीन मी का सोडू?'' या भांडणात अगदी शिव्या देण्यापर्यंत मजल गाठली जायची. पण ही भांडाभांडी झाली, की महाराज उत्तम चांदीच्या ताटात त्या भांडणाऱ्या माणसाला जेवायला घालत आणि स्वतःशेजारी प्रेमाने बसवून घेत. एकदा मात्र एका भाऊबंदाने हद्द गाठली. महाराज एका शेतात ओट्यावर बसले होते. हा माणूस वरच्या बाजूने गेला आणि वरून एक मोठा धोंडा महाराजांवर टाकला. त्या वेळी महाराज सहज बाजूला सरकले आणि धोंडा त्यांच्या डोक्यावर पडला नाही. महाराजांनी वर पाहिलं आणि करुणेने म्हणाले, ''अरेरे!

ब्रह्महत्या घडली असती की रे तुझ्याकडून...'' म्हणजे आपला जीव गेला असता यापेक्षा त्याच्या हातून पातक घडलं असतं, याचंच जास्त वाईट वाटलं त्यांना. त्यांनी प्रेमानं त्याला आत आणलं. आपल्या शेजारी जेवायला बसवलं. विलक्षण प्रेमानं भारावून गेलेल्या त्या माणसानं महाराजांची क्षमा मागितली.

या अन्नाचा गुण मोठा विलक्षण असतो. कुठलाही जीव असू दे - माणूस, पशू, पक्षी - साऱ्यांना अन्न लागतंच. अन्न खाऊन जीव तृप्त होतो. आपल्या गरजेपेक्षा फार जास्त कुणी खाऊ शकत नाही. त्यामुळे भामटा याचक येऊन फसवू शकत नाही. माणूस त्याच्या हातचं किंवा ज्याच्या घरचं खातो, त्यानुसार त्याची बुद्धी बनते. अन्नामुळे बुद्धीपालट होतो. म्हणून महाराज म्हणत, ''पोट भरून अन्न द्यावं. पण पैसे कुणी मागितले, तर त्यापेक्षा थोडे कमीच द्यावेत.''

महाराज खरं म्हणजे विरक्त! साक्षात् ब्रह्माकार झालेले. ऋद्धी-सिद्धी त्यांच्या घरी पाणी भरायला तयार होत्या. मग या जमिनीसाठी ते असं का भांडत असतील? मला असं वाटतं; महाराज प्रापंचिक आयुष्य जगले कारण प्रपंच करून परमार्थ कसा करता येतो, याचं प्रात्यक्षिकच त्यांना करून दाखवायचं होतं. प्रापंचिकानं उगाचच अति भोळसट असू नये. मनात मोह नसला, तरी आपली धनसंपत्ती आणि आपले कुटुंबीय यांचं रक्षण करण्याची जबाबदारी त्याचीच असते. प्रपंचात दक्ष राहिल्यानं परमार्थात बाधा येत नाही. फक्त मन त्यातच अडकून मात्र पडू नये. प्रपंचातील कुठल्याही प्रसंगी मनाची शांती ढळू देऊ नये.

एक वामनबुवा नावाचे वारकरी त्यांच्या घरी येऊन राहिले होते. त्यांनी जमिनीसाठी असं भांडणाऱ्या महाराजांना पाहिलं आणि त्यांच्या मनात शंका आली. त्यांनी मुद्दामच ज्ञानेश्वरीतील एक ओवी काढली आणि तिचा अर्थ त्यांना विचारला.

जेथे काम उपजला। तेथे क्रोध आधीच आला।
क्रोधी असे ठेविला। संमोह जाणे॥

महाराजांनी ही ओवी वाचली आणि ऐन भांडणाच्या भरात, तावातावानं बोलत असताना एकदम वामनबुवांच्या कानात खूप शांत स्वरात म्हणाले, ''हे सोंग थोडं उतरवतो आणि सांगतो हं अर्थ.''

प्रचंड संतापलेला माणूस एका क्षणात इतका शांतपणे बोलताना बघून वामनबुवांची खात्रीच पटली, की महाराजांना स्वतःला काही नको आहे. प्रपंचात असेही प्रसंग येतात हे त्यांनी दाखवून दिलं. एवढंच!

काही दिवस गोंदवल्यामध्ये राहून महाराज पुन्हा बाहेर पडले. महाराजांची ही सतत प्रवासाला जाण्याची, तीर्थयात्रा करण्याची सवय रामकार्यासाठीच होती. महाराज असे फिरले नसते, तर रामनामाचा प्रसार, नामसाधनेचं महत्त्व गोंदवले आणि त्याच्या पंचक्रोशीतल्या गावांपुरते मर्यादित राहिलं असतं. दळणवळणाची फारशी साधनं नाहीत. रेडिओ, टीव्ही, टेलिफोन यांसारखी माध्यमं नाहीत अशा काळात महाराज स्वतः सर्व भारतभर फिरत होते, म्हणूनच नामसाधनेचं महत्त्व परप्रांतात राहणाऱ्या मराठी, अमराठी सर्व लोकांपर्यंत पोहोचलं.

संन्याशाचं धर्मप्रसाराचं काम आणि प्रापंचिकाचं साधकांना आश्रय देण्याचं काम अशी दोन्ही कामं महाराजांनी केली. ते योगमार्गातही होते, भक्तिमार्गीही होते. हवं ते ज्ञान हव्या त्या क्षणी त्यांच्यासमोर प्रकट होईल असं तुकामाईचं वरदान असल्यामुळे ते ज्ञानमार्गीही होते. आयुष्यातल्या कुठल्याही वाटेवरच्या साधकाला ते मार्गदर्शन करू शकत होते; ते यामुळेच!

महाराज पंढरपूरला गेले. तिथून अलिबागला आले. अलिबागमध्ये सदुभाऊ लेले या नावाचे त्यांचे शिष्य होते. पुढे ते उत्तरेला जायला निघाले. वाटेत एका भिल्लांच्या टोळीनं त्यांना पकडलं. महाराज अगदी गुपचुप त्यांच्याबरोबर चालू लागले. ते भिल्ल त्यांना डिवचत होते. तरी हे गप्पच! त्यामुळे भिल्लांना वाटलं, 'याच्यामध्ये जबरदस्त सामर्थ्य असणार. म्हणूनच आपण काहीही केलं तरी याला काही फरक पडत नाही.' म्हणून मग त्यांनी महाराजांना बंधमुक्त करून आपल्या अड्ड्यावर नेलं. तिथे लोक काहीतरी शिजवून खाऊ लागले. महाराजांना त्यांच्या खाण्याबद्दल विचारल्यावर ते म्हणाले, ''मी फक्त दूध पितो.'' भिल्लांमधल्या तरुण मुलांमध्ये महाराजांची चेष्टा करायची खुमखुमी होतीच. त्यांनी एक वांझ, भयंकर खोडसाळ गाय त्यांच्यासमोर आणून उभी केली. माणूस बघितला, की अंगावरच यायची ती. महाराजांनी त्या गायीच्या पाठीवरून प्रेमानं हात फिरवला. ती त्यांना प्रेमानं चाटू लागली. महाराज म्हणाले, ''माय, मला फार भूक लागली आहे गं! मला भरपूर दूध देशील?'' हे ऐकून त्या गायीनं दुभत्या गायीसारखं भरपूर दूध दिलं. आता मात्र हा कुणीतरी मोठा माणूस असला पाहिजे, अशी त्यांची खात्री पटली. सगळेच त्यांना शरण आले. महाराजांनी त्यांना चोरी न करण्याचा उपदेश केला, रामनाम दिलं आणि ते तिथून बाहेर पडले.

पुढे ते नर्मदाकिनारी महेश्वरला आले. तिथे दोन मांत्रिक राहत. त्यांना महाराजांबद्दल शंका येऊ लागली, की याला मोठी मंत्रसिद्धी अवगत आहे आणि

हा मोठा मांत्रिक आहे. त्या सिद्धी त्यांनी आपल्याला द्याव्यात म्हणून ते आग्रह करू लागले. महाराज त्यांना समजावीत होते, की माझ्याकडे कुठलीही मंत्रसिद्धी नाही. मी फक्त रामनाम घेतो. त्याच्याच सत्तेने सारं घडतं. त्यामुळे मला कशाचाही अभिमान वाटत नाही. पण त्यांना काही ते पटेना. शेवटी ते चिडून म्हणाले, ''आम्ही तुमच्यावर नागपाश टाकू. नागांच्या बंधनात पडून फुकट मराल. त्यापेक्षा आम्हाला मंत्र द्या.'' त्यांनी महाराजांना एका डोंगरकड्यावर आणलं. तरी महाराज मंत्र देईनात. महाराजांची सगळी भिस्त खरोखरच एका रामनामावर होती. शेवटी त्या मांत्रिकांनी खरोखरच त्यांना नागपाशात बांधून टाकलं. सगळीकडून अचानक नाग उत्पन्न झाले आणि त्या नागांनी महाराजांना विळखे घातले. महाराज शांतच होते. ते म्हणाले, ''मला सांभाळणारा राम समर्थ आहे. पण मी न मरता हे नाग मेले, तर तुमचीच हानी होईल.''

कुणीच मागे हटेना. महाराज डोळे मिटून स्वस्थ बसून राहिले. मांत्रिकांनीही नागपाश काढला नाही. असे तीन दिवस गेले. मग मात्र महाराज उठले 'जय जय रघुवीर समर्थ' अशी त्यांनी जोरात आरोळी मारली आणि कड्यावरून उडी मारली. सगळे नाग छिन्नविछिन्न होऊन मरून पडले. मग मात्र या मांत्रिकांना महाराजांच्या सामर्थ्याची खात्री पटली. ते त्यांना पूर्णपणे शरण गेले. महाराजांनी त्यांना अर्थातच क्षमा केली. दोघांनी आपल्या मंत्र-तंत्राच्या उपासना सोडून दिल्या आणि रामनाम घेऊ लागले.

यानंतर महाराज उज्जैनला गेले. तिथे काही जुने शिष्य त्यांना भेटले. त्यानंतर ते इंदूरला गेले. इंदूरच्या जिजीबाई त्यांना मोठ्या हट्टानं इंदूरला घेऊन गेल्या.

जिजीबाईंची मुलगी ताई एव्हाना वीस वर्षांची झाली होती. तिचं लग्न होऊन आता तिला दिवस गेले होते.

चरित्रबोध

रामनामाने प्रपंच आणि परमार्थ दोन्ही साधले जातातच आणि कुठलेही संकट त्यापुढे टिकत नाही.

प्रसूतिवेदना, कार्यप्रसार

जिजीबाईची 'ताई' लहानपणापासून तशी अशक्तच. त्यात हे पहिलं बाळंतपण. शरीरात हिमोग्लोबीन कमी. डॉक्टर चिंतेत होतेच. महाराजही एकदा म्हणाले, ''तुझं कसं होणार ताई, श्वासही घ्यायला त्रास होतोय तुला. मला चिंता वाटते तुझी.''

ताई म्हणाली, ''तुम्ही आहात तोवर मला कसली भीती? मी सारखं नाम घेत असते.''

आता ताईने इतका विश्वास टाकल्यावर महाराजांवर सगळीच जबाबदारी आली.

काही दिवसांनी तिला प्रसूतिवेदना सुरू झाल्या. मुखी नाम होतंच. पण कळा अगदी सहन होईनात, तेव्हा तिने महाराजांना निरोप पाठवला. 'मला लवकर सोडवा' हा निरोप मिळाला आणि महाराज जिजींना म्हणाले, ''माझी कंबर दुखतेय. मला घोंगडी घेऊन झोपू दे.'' प्रत्यक्षात महाराजांना खूप दुखू लागलं. ते कण्हू लागले. तिकडे ताईचं दुखणं थांबलं. थोड्या वेळातच घोंगडीखालून नवजात बाळाच्या रडण्याचा आवाज आला. जिजीबाईंनी पाहिलं, तर महाराजांजवळ बाळ! ते म्हणाले, ''जा. ताईचं बाळ तिच्याकडे न्या.'' जिजीनं महाराजांचे अनेक चमत्कार पाहिले होते. त्यामुळे यात तिला काही विशेष वाटलं नाही. महाराजांकडून बाळ घेऊन तिनं ते ताईला दिलं.

ताईनं विचारलं, ''आई, अगं महाराज कुठे आहेत? त्यांनी मला उठवून बाळ माझ्या हातात दिलं. तासाभरानं महाराज आले. जिजीच्या आणि ताईच्या डोळ्यांना आनंदाच्या आणि भक्तीच्या अश्रूंच्या धारा लागल्या.

सद्गुरू हे तत्त्व असतं. स्त्री-पुरुष देहाचा या तत्त्वाशी काही संबंध नाही. महाराजांनी आपल्या शिष्येसाठी पुरुषदेह असून प्रसूतीच्या कळा सहन केल्या.

जिजीबाईंच्या कुटुंबाचा निकट स्नेह लाभलेले श्री. मोडक नावाचे मोठे अधिकारी होते. त्यांचा भैयासाहेब नावाच मुलगा महाराजांचा शिष्य झाला. त्यांनी बांधलेलं रामाचं मंदिर आजही इंदूरमध्ये आहे.

तुकोजी होळकर हे इंदूरचे राजे. त्यांचे दिवाण रावसाहेब पळशीकर हेही महाराजांचे भक्त होते. महाराज इंदूरमध्ये असताना एक मुलगा त्यांना भेटायला आला. आत आल्याबरोबर त्याने आणि सोबत आलेल्या त्याच्या आईने त्यांना नमस्कार केला.

'आशीर्वाद!' हात उंचावून महाराज गोड शब्दात म्हणाले. त्या मुलाचं नाव होतं गोविंद अनंत कुलकर्णी.

इंदूरमध्येच स्थायिक झालेल्या या मुलाचं पितृछत्र तो दहा वर्षांचा असतानाच गेलं होतं. थोड्या जमिनी होत्या; पण भाऊबंदांनी, चुलत्यांनी त्या लुबाडल्या आणि आईची जबाबदारी या मुलावर पडली. ती व्यवस्थित निभावत असतानाच त्याला या जगातल्या नात्यांमधला खोटेपणा कळला होता. संसार किती असार असतो याची जाणीव झाली होती. त्यामुळे त्यानं आपलं मन दासबोधाचं वाचन, साधना यांतच रमवलं होतं.

काल दासबोध वाचताना सद्गुरूंचा महिमा तो वाचत होता आणि वाचता वाचता तो जरा तंद्रीत गेला. आपल्यालाही सद्गुरू हवेत असं त्याला वाटू लागलं. किंचित तंद्रीत असतानाच त्याच्या कानांवर खडावांचा आवाज पडला. अंगात कफनी, गळ्यात तुळशीमाळ घातलेला एक तेजस्वी पुरुष त्याला दिसला आणि म्हणाला, ''मला येऊन भेट.''

त्याने थोडा शोध घेतला, स्वप्नातल्यासारखा माणूस कुठे आहे? आणि त्याला महाराज भेटले. 'हेच... नक्की हेच आले होते आपल्याला भेटायला' असं वाटून त्यानं महाराजांना साष्टांग नमस्कार घातला होता. महाराजांनी त्या दोघांना अनुग्रह दिला. त्या क्षणापासून गोविंदस्वामींचं सगळं जीवन त्यांनी महाराजांच्या पायांवर वाहून टाकलं. महाराजांनी नर्मदा किनारी त्यांच्याकडून साधना करून घेतली. तिथल्या 'बडवाई' या गावी त्यांनी अनुष्ठान केलं. त्या वेळी महाराजांनी त्यांना एक पत्र लिहिलं, आणि पत्रात त्यांचा उल्लेख 'आनंदसागर' असा केला.

'आनंदसागर' हे महाराजांच्या महत्त्वाच्या शिष्यांपैकी एक. महाराजांनी शिष्यांना गुरुपदी बसण्याइतकं तयार केलं होतं, तेच मुळी रामनामाच्या प्रसारासाठी.

कलियुगामध्ये नामजपाशिवाय दुसरं कुठलंही सोपं साधन नाही, हे त्यांना सगळ्या सर्वसामान्य लोकांपर्यंत पोहोचवायचं होतं. म्हणून त्यांनी आनंदसागरांना अंबडला जायला सांगितलं. आनंदसागरांसाठी महाराजांची आज्ञा म्हणजे ईश्वराचीच आज्ञा होती. ते अंबडला गेले. वारा सदैव वाहता राहायला हवा ना? त्याशिवाय फुलांचा सुगंध पसरणार कसा? संतांनीही सदैव लोकांमध्ये, विविध गावांमध्ये फिरून फिरून भगवंताच्या स्मरणाची महती लोकांना सांगायला हवी ना?

त्यामुळे अंबडनंतर त्यांना महाराजांनी जालन्याला जायची आज्ञा दिली. तिथे एक राममंदिर उभं करायला सांगितलं आणि ते राममंदिर पूर्णपणे भिक्षेवर उभं करायला सांगितलं. भिक्षेवर मंदिर उभं राहिलं, की त्यामध्ये लोकांचा सहभाग येतो. लोकांच्या मनात आत्मीयता निर्माण होते. मंदिर उभं करणाऱ्यांच्या मनात त्याबद्दल 'मी'पणा येत नाही.

आनंदसागरांनी अगदी तसंच राममंदिर उभं केलं. या मंदिरात तेरा कोटी रामनामाचा संकल्प सोडला. अनेक लोकांकडून त्यांनी रामनाम वदवून घेतलं. आनंदसागरांचा अधिकार मोठा होता. लोक त्यांच्याकडे अनुग्रह मागत, पण आनंदसागर लोकांना फक्त उपदेश करत आणि महाराजांकडेच पाठवून देत. स्वत:चे असे शिष्य, भक्त त्यांनी होऊ दिले नाहीत.

एकदा चंद्रग्रहण आलं. आनंदसागर जालन्याहून अंबडला जायला निघाले. जाण्यापूर्वी आईला नमस्कार केला. का कुणास ठाऊक तिला वाटलं, 'हे रोजच्यासारखं सहज इकडून तिकडे जाणं नाहीये...' पण आईनंही त्यांना मनापासून आशीर्वाद दिला. ते निघाले. वाटेत एका नदीकाठी पुरश्चरण केलं. अंबडला आले. तिथल्या मठात भजनासाठी उभे राहिले. आज का कुणास ठाऊक, सद्गुरूंची प्रेमळ, दिव्य मूर्ती डोळ्यांसमोर येत होती. रामनाम तर श्वासांत गुंफलं गेलं होती. रक्तात भिनलं होतं. मुखी एकच शब्द येत होता. 'महाराज!' आणि उत्स्फूर्ततेने त्यांनी भजन म्हणायला सुरुवात केली -

स्वामी माझा पहिला माणगंगातीरी
सद्गुरू तो देखिला हा माणगंगातीरी
माणगंगातीरी प्रभु हा गोंदवले भुवनी ॥धृ.॥

आनंदसागर आळवून आळवून म्हणत होते. मनाने तर ते कधीचेच माणगंगातीरी गोंदवल्याला पोहोचले होते.

सद्गुरू मिळण्यासाठी जन्मोजन्मीची पुण्याई लागते. आधी संत, सद्गुरू यांची भेट होणं कठीण. भेटले तर त्यांच्यावर श्रद्धा ठेवणं कठीण... साक्षात् ब्रह्मदेवालाही हे भाग्य सहजी मिळणार नाही.

ब्रह्मचैतन्याचा गाभा । प्राप्त नोहे कमलनाथा ।
भोळ्या भाविक भक्तलाभा ।
धावुनिया आला हा माणगंगातीरी ॥

साधी भोळी माणसं... ना यज्ञ-याग करण्यासाठी गाठीशी पैसा आहे, ना वेदान्त वाचण्याचं ज्ञान, ना हठयोगासाठी तयार शरीर... या भवसागरातून तरून जायचं कसं? मग महाराज करुणेनं या साऱ्यांना जवळ घेऊन म्हणाले, ''यातलं काही करू नका, बाळांनो, फक्त नामस्मरण करा. नामस्मरणानं ज्ञानही मिळतं. योगाचे सारे फायदे नामानंही साध्य होतात बरं! भगवंताहून श्रेष्ठ आहे ते भगवंताचं नाम! कारण ते सगुणही आहे आणि निर्गुणही!''

आनंदसागरांच्या डोळ्यांसमोर आता साक्षात महाराज उभे राहिले. त्यांच्या रूपाचं किती कौतुक करू असं त्यांना झालं. ते गाऊ लागले -

गौरवर्ण कांती । मूर्तिमंत शांती ।
दया, क्षमा शोभे चित्ती ।
रामनामी रंगला या माणगंगातीरी ॥
केशरी त्रिपुंड भाळा । गळा तुळशीच्या माळा ।
कफनी, टोपी शोभे ज्याला ।
पादुका पायाला या माणगंगातीरी ॥

आईचं अमूर्त वात्सल्य हेच खरं आईपण! तिच्या संस्कारानुसार वागणं हेच आपलं तिच्यावरचं प्रेम! हे खरंच. जगातल्या कुठल्याही आईचं 'आईपण' एकच असतं. हे सगळं जरी खरं असलं, तरी प्रत्येक बाळाला आपल्या आईला साक्षात समोर पाहिल्यावर, तिच्या गळ्याला मिठी घातल्यावर होणारा आनंद काही वेगळाच असतो. सद्गुरू म्हणजे देह नाही. 'गुरुतत्त्व' असतं ते. हे खरंच! पण तरी सद्गुरूंच्याही सगुणोपासनेची गोडी, आनंद काही वेगळाच! आज आनंदसागर स्वतः सगुण भक्तीच्या आनंदसागरात डुंबत होते.

गायी, ब्राह्मण, अनाथांचा । कैवारी तो दीनांचा ।
विश्वास या नामाचा ।
जगी वाढविला या माणगंगातीरी ॥
भवभार फार झाला । जीव तळमळू लागला ।
सगुण रूपे धावत आला ।
अभय वर दिला या माणगंगातीरी ॥
आनंदसागर दास दीन । पदी घेतसे लोळण ।
तुझे रूप हे सगुण ।
सदा राहो डोळा या माणगंगातीरी... ॥

आनंदसागर थांबले. भरल्या डोळ्यांना आता सारं पुसट दिसू लागलं. कृतार्थता मनात दाटून आली. सगळ्या भक्तांना सांगितलं, ''आता मी जातो. माझी समाधी बांधू नका. महाराज आपलं सदैव रक्षण करतील.''

आनंदसागर ब्रह्मलीन झाले. त्यांच्या अस्थी हर्दा इथे ठेवल्या. महाराजांनी त्यांना सांगितलं होतं, 'मी स्वतः तुला काशीला नेईन.'

पुढे काही वर्षांनी महाराजांनीही देह सोडला, तेव्हा त्यांच्या अस्थींबरोबर आनंदसागरांच्याही अस्थी काशीला गंगेत विसर्जित केल्या.

इंदूरच्या वास्तव्यात महाराजांची प्रथम भेट त्यांच्या अगदी अंतरंग शिष्याशी झाली. पण इंदूरमध्ये या शिष्यानं महाराजांना सद्गुरू मानलं मात्र नव्हतं. ते नंतर काही महिन्यांनी गोंदवल्यात झालं. त्यांचे हे शिष्य म्हणजे ब्रह्मानंद स्वामी! साक्षात महाराजांनी त्यांना समर्थ रामदासांच्या 'कल्याण'स्वामींची उपमा दिली, अशी प्रखर गुरुभक्ती! पण त्याआधी त्यांच्या मनात महाराजांविषयी शंका आली होती. हे आवर्जून आठवायचं कारण, आपल्याही मनात कधीतरी क्वचित साधूसंतांबद्दल शंका येते. कधी वाटतं, 'अरे, हे एवढे मोठे संत... मग असं कसं केलं त्यांनी?' आणि मग आपल्यालाच त्याबद्दल अपराधीपण वाटतं.

पण खरंच, संतांना ओळखता येणं सोपं नसतं. भलेभले ज्ञानी इथे फसतात. मग आपल्यासारख्या सामान्यांची काय कथा?

तर ब्रह्मानंद महाराजांचं पूर्वाश्रमीचं नाव होतं अनंत रामभट्ट गाडगुडी. कर्नाटकातल्या विजापूरजवळ त्यांचं गाव होतं. ईश्वरानं त्यांना तीव्र बुद्धिमत्ता दिली होती. वेद, वेदान्त, शास्त्रं साऱ्यांचा अगदी सखोल अभ्यास झाला होता. पण

वयाच्या विशीतच त्यांना नियतीनं एक धक्का दिला. त्यांच्या हातांवर, पायांवर कोड उठू लागलं.

आजही समाजात या आजाराकडे बघण्याची दृष्टी दूषितच आहे. त्या काळात तर अशा लोकांना जरा दूरच ठेवलं जायचं. अघोषित बहिष्कार केल्याप्रमाणे. त्यामुळे रामभट्ट थोडे हताश झाले. 'आता आपल्या ज्ञानाचा काहीही उपयोग नाही, सगळं वाया गेलं' असं वाटून ते एकांतात, रानात वगैरे बसून नामस्मरण करू लागले. त्या वेळी त्यांना दृष्टान्त झाला - 'उत्तरेकडे जा.'

ते आदेशानुसार उत्तरेकडे जाऊ लागले. कारण, तिथे एका संतपुरुषाची आणि तुझी भेट होईल असंही सांगितलं होतं. चालत चालत ते इंदूरला आले. तिथे भैय्यासाहेब मोडक त्यांच्या ओळखीचे. ते त्यांना भेटले, तेव्हा महाराज नेमके मोडकांकडे राहिले होते. तेव्हा कुणी सत्पुरुष आहे, तर त्याला भेटावं या हेतूने ते दर्शनाला गेले. बघतात, तर महाराज बायका-मुलांमध्ये निवांत बोलत होते.

अनंतराव वेदशास्त्रसंपन्न! त्यामुळे सत्पुरुष किंवा अध्यात्मातला अधिकारी म्हणजे सभेत उच्चासनावर गंभीरतेनं बसलेला, डोळ्यांत जरब, सगळे त्याच्यासमोर दबून गेलेत आणि अत्यंत गंभीर तोंड करून इतरांना न कळणारं काहीतरी बोलणारा अशी काही अपेक्षा होती त्यांची की काय, कुणास ठाऊक! महाराज आपले सहज घरात बसावं तसे साधे बसलेले. पोरं खेळत होती. बायकांची निवडणं-टिपणं, वाती वळणं अशी काम चालली होती. कुणीतरी म्हणालं, ''बघा महाराज, दिवस कसा जातो कळत नाही. घरात किती कामं असतात. एक क्षण जिवाला विश्रांती नाही. मग तुम्ही म्हणता तसं अनुसंधान कसं ठेवावं बरं?''

महाराज सहज म्हणाले, ''हात कामं करतायत. मनात सगळ्या जगाचे विचार येतायत ना? येत्या सणाला नवं लुगडं नेसायचंच हा विचार चाललाय ना? त्याऐवजी भगवंताचा विचार करावा. हातानं काम करताना मुखानं त्याचं नाम घ्यावं. मग आपोआप त्याचंच अनुसंधान राहतं.''

हे इतकं सोपं अध्यात्म? अनंतरावांचा जरा विरसच झाला. जुजबी बोलून ते निघून गेले. आता सद्गुरू कुठे शोधावा? म्हणून ते सरळ दत्तगुरूंच्या स्थानी नरसोबावाडीला गेले. पुन्हा जप-तप सुरू केलं. काही दिवसांनंतर त्यांची कुलदेवी त्यांच्या स्वप्नात आली. तिने दृष्टान्तच दिला. ती म्हणाली, ''गोंदवलेकर महाराजच तुझे गुरू आहेत. त्यांच्याकडेच जा.''

मग ते पुन्हा इंदूरला गेले. पण तोपर्यंत महाराज तिथून निघून गोंदवल्याला आले होते. अनंतराव तिकडे गोंदवल्याला गेले. महाराजांना पाहिल्यावर आता मात्र त्यांना वाईट वाटलं. आपण यांना भेटूनसुद्धा ओळखू शकलो नाही. त्यांनी महाराजांच्या पायाला घट्ट मिठी मारली आणि म्हणाले, ''मी माझ्या वेदांचा, शास्त्रांचा अभ्यास, साधना या देहसकट सर्वस्वी तुमच्या पायांवर वाहिलंय. ते घेतलं म्हणा. माझा स्वीकार करा, तरच पाय सोडतो.''

महाराजांनी त्यांना वर उठवलं. प्रेमानं आलिंगन दिलं. अनंतराव खूप रडत होते. त्यांना शांत केलं आणि त्यांना अनुग्रह दिला. महाराजांजवळ राहून त्यांनी भरपूर साधना केली. महाराजांनी त्यांची वेळोवेळी परीक्षाही घेतली. मग मात्र ते एकदम तयार झाले. नर्मदाकिनारी सर्पेश्वरी इथे अडीच वर्षं त्यांनी तप केलं. साडेतीन कोटीचा जप झाला. अध्यात्मातली उच्चतर अवस्था प्राप्त झाली. मग महाराजांनी त्यांना 'ब्रह्मानंद' हे नाव दिलं. अनुग्रह देण्याचा अधिकार दिला. कर्नाटकात रामनामाच्या प्रसारासाठी कार्य करायला पाठवलं. महाराजांनी त्यांना एक रुपया दिला आणि सांगितलं, ''या रुपयातून मंदिर बांध.'' हा एक रुपया म्हणजे महाराजांच्या आशीर्वादाचं मूर्त स्वरूप होतं. त्यामुळे काहीही कमी पडलं नाही आणि मंदिर उभं राहिलं.

एकदा महाराजांना कुणीतरी समर्थ रामदासांची उपमा दिली. तेव्हा महाराज म्हणाले, ''मी समर्थ आहे की नाही माहीत नाही, पण माझा ब्रह्मानंद मात्र कल्याणासारखा आहे.'' साक्षात सद्‌गुरूंकडून त्यांना हे प्रमाणपत्र मिळालं होतं!

महाराज गेल्यावरही ते महाराजांची सेवा करीत राहिले असं म्हणायला हवं. कारण त्यांनीच महाराजांच्या समाधी मंदिराची नीट उभारणी केली. तिथे दैनंदिन कार्यक्रम, तसेच नैमित्तिक कार्यक्रम कसे, कोणते करावेत याची नीट आखणी केली. तिथल्या कोठीघराची नीट घडी घालून दिली. आजही गोंदवल्याची सारी व्यवस्था त्यांनी आखून दिल्याप्रमाणेच चालते.

गोंदवले : जन्मभूमी, कर्मभूमी

आता महाराजांनी इंदूर सोडण्याचा निर्णय घेतला. त्या वेळी जिजी आणि भैय्यासाहेब मोडक यांनी हट्टच धरला, ''आम्हाला तुकामाईंचे दर्शन घडवा. तुमच्याबरोबर येऊ द्या.'' महाराज तयार झाले. या दोघांना आणि आणखी काही जणांना घेऊन ते येहळेगावी आले.

जिजीबाईंना पाहिल्याबरोबर तुकामाई म्हणाले, ''बरीच परीक्षा केलीस गुरूची? पण फसली नाहीस ना?'' जिजीबाई काय बोलणार? त्यांनी तुकामाईंचे पाय धरले. ते म्हणाले, ''आता मुंगळ्यासारखी चिकटून बैस त्याला. तुझे कल्याण होईल.''

भैय्यासाहेबांना म्हणाले, ''मनात विकल्प न बाळगता त्याला दत्तक जा. त्याची जहागीर मिळेल तुला.''

नंतर ते दोघे गोंदवल्याला आले. तिथे काही दिवस राहून इंदूरला परतले. महाराजांची गोंदवल्यातली दिनचर्या पुन्हा सुरू झाली. या एवढ्या परिभ्रमणात महाराजांनी काय काय पाहिलं? विविध पंथांचे, मतांचे, विचारांचे साधू-संत पाहिले. हठयोगी, ज्ञानयोगी, कर्मयोगीही पाहिले. स्वतः महाराजांनी या वेगवेगळ्या मार्गांवरचे अनुभव घेतले आणि अनुभवानं त्यांना हे पटलं, की या सर्व मार्गांचे फायदे फक्त नामस्मरणानंही मिळू शकतात.

काही असेही होते, जे तोंडाने 'शिवोऽहं' म्हणायचे. सगळा अद्वैत वेदान्त त्यांना पाठ होता. प्रत्यक्षात मात्र मन, शरीर सगळ्या ऐहिक सुखोपभोगांत रमलेलं होतं. अशांना महाराजांनी नामस्मरणाची गोडी लावली.

कर्मकांड हेच सर्वस्व मानणारी माणसं कधीकधी त्या कर्मातच गुंतून कर्मठ बनतात. पण कर्म 'ज्याच्या'साठी त्या ईश्वराबद्दलच्या भावनेपेक्षा कर्माचा अभिमानच वाढला तर? अशा काही लोकांना त्यांनी नामाची गोडी लावली.

या कालावधीत त्यांनी साधुपुरुष खूप पाहिले; पण साध्वी, ब्रह्मज्ञानी स्त्रिया फक्त तीन पाहिल्या. एक मद्रासी, एक बंगाली आणि एक महाराष्ट्रीय. गंमत म्हणजे या तिन्ही स्त्रिया प्रापंचिक होत्या आणि संसार करीत होत्या.

कधीकधी जवळची मंडळी जमली, की या प्रवासातल्या गमतीजमती ते सांगत. पण त्याही उगाचच सांगत नसत. बऱ्याच वेळा असं होई की, जी व्यक्ती त्यांना भेटायला येणार असे, त्या व्यक्तीबद्दलच ते बोलत असत आणि बोलणं संपतं न संपतं तोच ती व्यक्ती समोर उभी राही.

एकदा महाराज हल्पाळमध्ये घडलेली एक हकीकत सांगत होते. ते तिथे भिक्षा मागण्यासाठी निघाले. एका घरासमोर 'जय जय रघुवीर समर्थ' म्हणून उभे राहिले. घरची गृहिणी भिक्षा देण्यासाठी आली खरी, पण तिचा चेहरा खूपच दुःखी होता. संत भिक्षा मागतात, तेव्हा जनमानसाचा अभ्यास, समाजाचा अभ्यास करणं हाही एक हेतू असतोच. चेहऱ्यावरून माणसं ओळखता येतात त्यांना. त्यामध्ये या अभ्यासाचाही भाग असतो. महाराजांनी बाईंना त्यांच्या दुःखाचं कारण विचारलं. त्या म्हणाल्या, ''पंधरा दिवस झाले, मुलाला खूप ताप येतोय. किती प्रयत्न, किती डॉक्टर, वैद्य झाले. ताप उतरायची काही चिन्हं नाहीत.'' हे सांगतानाही त्यांना रडू अनावर झालं. संतांचं हृदय ते! एका आईच्या डोळ्यांतले अश्रू त्यांना कसे बघवणार? ते म्हणाले, ''मी बघू का त्याला?''

महाराजांचा तेजस्वी, सात्त्विक चेहरा कुणीही विश्वास ठेवावा असाच होता. बाईनं त्यांना आत आपल्या मुलापाशी नेलं. तापाच्या ग्लानीमध्ये निपचित पडून राहिलेला तो मुलगा बघून कुणाच्याही मनाला अपार वेदना झाली असती. ते तर करुणासागर महाराज होते. आईनं हाक मारल्यावर त्या मुलानं मोठ्या कष्टानं डोळे उघडले. शेजारी उभ्या असलेल्या महाराजांकडे त्यानं दीनवाणेपणानं पाहिलं. महाराजांनी जवळच्या भांड्यातलं पाणी त्याच्या हातात दिलं आणि सांगितलं, ''हे पाणी माझ्या हातावर सोड आणि म्हण, 'माझा ताप मी तुम्हाला दिला.' '' त्या मुलानं तसं केलं. त्याच्या डोक्यावर थोपटून त्याला आणि त्याच्या आईला महाराजांनी सांगितलं, ''काळजी करू नये... सारं ठीक होईल.'' आणि ते निघून आले.

वाटेत त्यांचे परिचित वासुदेवभट यांची आणि त्यांची भेट झाली. त्यांनी सहज विचारलं, ''महाराज आज दिसला नाहीत. कुठे होतात?''

महाराजांनी त्या मुलाची हकिकत सांगितली. म्हणाले, ''तो मुलगा आता जगेल. मी काय, बोलून चालून गोसावी... आता तो ताप तेवढा मला भोगला पाहिजे.''

काही दिवस गेले. मुलगा खरोखरच हळूहळू बरा झाला. ताप गेला. तो हिंडायला-फिरायला लागला. मग वासुदेवभटजींनी महाराजांना विचारलं, ''तुम्ही त्या मुलाचा ताप कधी भोगणार?''

महाराज म्हणाले, ''अरेच्चा! बरी आठवण केलीत. मी विसरलोच होतो. असं करा, मला एक खोली द्या.''

भटजींनी आपल्या घरातली एक खोली त्यांना दिली. महाराजांना खूप ताप आला. अकरा दिवस ते त्या खोलीत निजून होते. दार बंद होतं. पण त्याचं कण्हणं अधूनमधून ऐकू येई. बाराव्या दिवशी महाराजांनी दार उघडलं. म्हणाले, ''भोग भोगून संपवला. आता जरा मऊ भात करून घाला मला. तोवर मी स्नान करून येतो.''

प्रारब्ध कुणालाच टाळता येत नाही असं म्हणतात. कितीही साधना केली, तरी प्रारब्ध भोगावंच लागतं. पण अनेक संतांच्या चरित्रात त्यांनी दुसऱ्याचं प्रारब्ध चुकवलेलं दिसून येतं. ते प्रारब्ध नष्ट करत नाहीत, तर त्या माणसाचं प्रारब्ध स्वत: भोगतात. बऱ्याच वेळा संतांना होणारे आजार हे त्यांनी दुसऱ्याचे घेतलेले असतात. महाराज बऱ्याच वेळा म्हणायचे, ''नामाने प्रारब्ध टळत नाही, पण बाधतही नाही.''

महाराज ही हकीकत सांगत होते, तोवर कुरवली गावचे दामोदरबुवा वासुदेवभटजींना घेऊन महाराजांकडे आले. त्यांना बघताच महाराज म्हणाले, ''वासुदेवभट, तुम्ही इकडे कुणीकडे? इतके थकलात का बरं? ज्याला ताप आला होता तो मुलगा बरा आहे ना? आता मोठा झाला असेल...'' हे ऐकल्यावर वासुदेवभटजी चकितच झाले. आपल्या घरी हेच तर राहून गेले होते, हे त्यांनी ओळखलं.

दामोदरबुवा हल्याळला गेले असताना त्यांनी कीर्तनात महाराजांचं वर्णन केलं होतं. अशा सिद्ध पुरुषाकडून अनुग्रह घ्यावा म्हणून वासुदेवभटजी इथे आले होते. इथे आल्यावर हे इतके मोठे सिद्धपुरुष आपल्या ओळखीचेच आहेत हे कळल्यावर त्यांच्या डोळ्यांत आनंदाश्रूच आले.

महाराजांच्या जीवनात अशा प्रकारच्या घटना खूप घडल्या आहेत. गोंदवल्याला साधुसंतांची ये-जा तशी नित्याचीच होती. हे लोक कुणा प्रापंचिकाच्या घरी राहत नसत. मारुतीमंदिरात राहत. महाराजांमुळे आता बरीच प्रापंचिक मंडळीही आपल्या बायका-मुलांना घेऊन गोंदवल्याला येत. त्यांची राहण्याची व्यवस्था महाराज स्वत:च्या घरी करत. पण आता माणसांची ये-जा इतकी वाढली, की महाराजांचं घर त्यासाठी अपुरं पडू लागलं. गोंदवल्याला येणाऱ्या प्रापंचिक लोकांना, कायमच्या भक्तांना राहण्यासाठी जागा आणि मुळात एक उपासनेचं केंद्र असणं आवश्यक वाटू लागलं. मग महाराजांनी आपल्या घरासमोरच एक प्रशस्त राममंदिर बांधण्याचा संकल्प सोडला.

गावातलेच गवंडी, सुतार नेमले. शेती-भाती असली, तरी महाराजांजवळ साठवलेलं धन फार नव्हतं. त्यांनी कुलकर्णीपद सोडलं होतं. संपूर्ण चित्त तसं परमार्थात होतं. शिवाय येणारे-जाणारे, घरीच येऊन राहणारे लोक भरपूर. अन्नदान असायचंच. पण महाराजांनी या मंदिरासाठी कधी कुणाजवळ पैशांची याचना केली नाही. दर्शनाला येणारे लोक काही द्रव्य देत, ते नाकारलंही नाही.

एकदा कामावरच्या माणसांना आठ दिवसांची मजुरी द्यायची होती. महाराजांनी सांगून टाकलं, ''अरे, गोसाव्याजवळ कुठून येणार पैसे? असं करा, आत्ता मी तुम्हाला भाकरी देतो, ती पोटभर खा. मग बघू, रामाची इच्छा असेल तसं घडेल.'' पोटभर जेवायला घालून महाराजांनी मजुरांनाही रामनाम घेत बसवलं. तेवढ्यात म्हसवड इथले बापूसाहेब माने आले. त्यांनी त्यांच्या शेतात उसाचं पीक काढलं होतं. नफ्यातले पाच टक्के महाराजांना द्यायचे असं त्यांनी ठरवलं होतं. त्या नफ्याचे एकशे एक रुपये त्यांनी महाराजांसमोर ठेवले. महाराजांनी लगेच सगळ्यांची मजुरी देऊन टाकली. मुकादमाला बांधकामाचं साहित्य आणायला पैसे दिले. काम पुढे सुरू झालं.

मंदिर तर उभं राहू लागलं, पण मूर्तीबद्दल महाराज काही बोलत नव्हते. कुणी विचारलं तर म्हणत, ''ज्याचं मंदिर आहे, तो येईल की आपण होऊन. आपण कशाची चिंता करायची?''

मंदिराचं बांधकाम मात्र सुरू होतं. त्याच वेळी तडवळे नावाच्या गावी जे कुलकर्णी होते, ते भाविक आणि श्रीमंत होते. त्यांच्या मनात राममंदिर बांधण्याचा विचार होता. त्यांनी राम-लक्ष्मण-सीतेच्या सुंदर मूर्ती तयारही करून घेतल्या

होत्या. पण त्या त्यांच्या वाड्यात ठेवल्या होत्या. दुर्दैवाने त्या वाड्याला आग लागली. या आगीमध्ये त्या मूर्तींनाही थोडी झळ लागली. काही दिवसांनी या कुलकर्ण्यांच्या स्वप्नात रामप्रभू आले आणि म्हणाले, ''मला गोंदवल्याला ब्रह्मचैतन्यांकडे घेऊन जा.'' तीन दिवस सतत हे स्वप्न पडल्यावर त्यांनी त्या तिन्ही मूर्ती महाराजांना गोंदवल्यामध्ये आणून दिल्या. महाराजांनी या मूर्तींचं विलक्षण प्रेमानं स्वागत केलं. ज्या दिवशी त्या येणार अशी प्रेरणा त्यांना झाली होती, त्या दिवशी त्यांनी उपवास केला होता. मग एका चांगल्या कारागिराकडून त्या मूर्तींना उजाळा देऊन आणला आणि योग्य मुहूर्तावर शास्त्रशुद्ध पद्धतीने, थाटामाटात त्या मूर्तींची प्रतिष्ठापना केली.

त्या दिवशी त्यांनी प्रत्येक वैदिकाला एकेक रेशमी वस्त्र, एकेक उपरणं, एकेक होन दक्षिणा दिली. विद्वान पंडितांना रेशमी वस्त्र आणि एकेक होन दक्षिणा दिली. नातेवाईकांना एकेक वस्त्र दिलं. कामगारांना प्रत्येकी एकेक धोतर, मुंडासं आणि पाच रुपये दक्षिणा दिली. सर्व सुवासिनींची खणा-नारळानं ओटी भरली. त्या दिवशी जवळजवळ दहा हजार पान उठलं!

स्वत:कडे संचित धन नसताना महाराजांनी हे केलं कसं? याची तीन उत्तरं संभवतात. एकतर संतांकडे त्यांच्या साधनेमुळे अष्टसिद्धी अक्षरश: पाणी भरत असतात. त्यांना अशक्य असं काहीच नसतं. ते स्वत:साठी या सिद्धी कधीच वापरत नाहीत, पण समाजासाठी वापरतात.

दुसरी गोष्ट त्यांनी धनाकडे पाठ फिरवल्यामुळे धन आपोआप त्यांच्या मागे मागे येतं.

आणि तिसरी गोष्ट खूप महत्त्वाची आहे. कुठल्याही कार्याचं कर्तेपण संत स्वत:कडे घेत नाहीत. 'मी करतो' हा भावच त्यांच्या मनात नसतो. त्यामुळे त्यांना कसलीही चिंता नसते. जो करणारा आहे (ईश्वर) तो करून घेईल. आपण त्याचे दास आहोत असं मानल्यामुळे ते मनानं शांत राहतात आणि ईश्वरच अशक्य ते सारं शक्य करतो.

याच गोंदवल्यात महाराजांनी अनेक लोकांना व्यसनातून मुक्त केलं. प्रपंच नेटका करायला शिकवलं. आणि अखंड रामनामाचा उपदेश केला...

बहुतेक संतांना सर्व जीवांमधलं चैतन्य दिसत असतं. वेगवेगळी माणसं, मुकी जनावरं, पक्षी, फुलं, पानं, झाडं या सर्वांमध्ये एकच आत्मा असतो. हे दुसऱ्याशी

असलेलं आपलं एकत्व हा संतांच्या अनुभवाचा विषय असतो. ही ऊर्जा असते आणि एका ऊर्जेची दुसऱ्या ऊर्जेशी 'फ्रिक्वेन्सी' जुळवणं संतांना साधनेमुळं शक्य झालेलं असतं.

सामान्य माणसांमध्ये एकमेकांत विलक्षण प्रेम असेल, तरी ही फ्रिक्वेन्सी जुळते. संत अथांग प्रेमाचे सागर असतात. कारण ते ईश्वररूप झालेले असतात आणि ईश्वराच्या प्रेमाला सीमाच नसते. महाराज याला अपवाद कसे असणार? अहेतुक प्रेमाचा अथांग सागर म्हणजे गोंदवलेकर महाराज! मुक्या जनावरांनाही त्यांचं हे प्रेम कळायचं.

भिकाजी श्रीपत नावाचे महाराजांचे निस्सीम भक्त होते. ते पेशाने फौजदार होते. त्यांच्याकडे बताशा नावाचा एक अतिशय उमदा, देखणा घोडा होता. पांढराशुभ्र, मस्त! त्यांनी हा घोडा महाराजांना अर्पण केला. महाराज त्याच्यापाशी एक-दोन दिवसांनी जात. त्याच्याशी गोड बोलत. पाठीवरून हात फिरवत आणि त्याच्यावर बसून लांबपर्यंत रपेट करून येत. त्याला छान फिरवत. क्वचित कधी महाराजांना त्याच्याकडे जायला वेळ झाला नाही, तर तो लहान मुलासारखा धिंगाणा घाली. महाराजांवर त्याचं विलक्षण प्रेम. त्यांच्याशिवाय दुसऱ्या कुणालाही तो आपल्या पाठीवर बसू द्यायचा नाही. महाराजांचे शाहूराव चिवटे नावाचे एक शिष्य होते. त्यांनी महाराजांजवळ हा घोडा मागितला. ''मला नेहमी घोडा लागतो. याला घेऊन जाऊ का?'' असं त्यांनी विचारलं.

इथेही संतांकडे बघण्याचा एक अडाणी दृष्टिकोन दिसतो. 'मी प्रापंचिक माणूस. कामं करण्यासाठी इकडून तिकडे जातो. मला हा घोडा जास्त उपयोगी पडेल. महाराज काय, नुसतीच लांबवर रपेट मारतात...' असं त्यांच्या मनात आलंही असेल कदाचित!

एकूणच 'संतांना हे कशाला पाहिजे? ते कशाला पाहिजे?' असा प्रापंचिकांचा दृष्टिकोन असतो. पण संत सर्व ऐहिक साधनांकडे ईश्वरी कार्य करण्याचं साधन म्हणून पाहत असतात. तसंच या मूक जनावरांचा उद्धार होणार असतो. त्या रूपातल्या आत्म्याशी त्यांचा संबंध असतो, म्हणून ती जनावरं त्यांच्यापाशी असतात. हा त्या जीवाच्या पूर्वकर्माशी संबंधित विषय असतो. पण संत हे सगळं सांगत बसत नाहीत. लोकांना अनुभव घेऊ देतात. महाराजांनीही काही सांगितलं नाही. ते एवढंच म्हणाले, ''तो येत असेल, तर घेऊन जा.'' हीच त्यांची अनुमती समजून चिवटे बताशाला

जबरदस्तीनं आपल्या घरी घेऊन गेले. पण त्यांच्या घरी गेल्यावर बताशा तीन दिवस चाऱ्याला, दाण्याला शिवलाही नाही. एवढंच काय, त्यानं थेंबभर पाणीसुद्धा घेतलं नाही. त्याच्या डोळ्यांतून तीन दिवस सतत अश्रू वाहत होते. शेवटी चिवट्यांनी बताशाला परत आणलं आणि महाराजांच्या स्वाधीन केलं. त्यांना पाहिल्याबरोबर बताशा आनंदाने फुरफुरू लागला. महाराजांनी त्याला प्रेमानं थोपटलं. खूप वेळ त्याचं अंग खाजवत राहिले. स्वतःच्या हातानं त्याला दाणा-पाणी भरवलं. प्रेमानं बोलत राहिले. तेव्हा कुठे तो शांत झाला.

गोंदवल्यापासून जवळ एक सुखवस्तू कुटुंब राहत होतं. त्यांच्याकडे शेती-भाती, भरपूर गायी-म्हशी होत्या. काही कारणानं त्यांची आर्थिक परिस्थिती खालावली. त्यांनी एकेक करून आपली जनावरं देऊन टाकली. त्यांच्यापाशी एक लंगडी गाय होती. ती कोण घेणार? त्यांनी ती महाराजांना अर्पण केली. महाराजांनी ती ठेवून घेतली. तिचं नाव गंगी! ही गंगीसुद्धा महाराजांवर खूप प्रेम करी. महाराजही तिचा प्रेमानं सांभाळ करत.

पुढे त्या कुटुंबाची परिस्थिती सुधारली, म्हणून ते आपली गाय न्यायला आले. महाराजही गायीला म्हणाले, ''हे बघ, ते तुला न्यायला आलेत. त्यांच्याबरोबर आनंदाने जा.'' पण महाराजांनी दावं मालकाच्या हाती दिल्याबरोबर त्या गायीने मोठा हंबरडा फोडला. डोळ्यांना पाण्याची धार लागली. महाराजही विरघळले. ते म्हणाले, ''तुमची संमती असेल, तर मी हिला ठेवून घेऊ का? मुलीसारखं सांभाळीन मी तिला.'' त्यानंही आनंदानं संमती दिली. मग ही गंगी गाय महाराजांजवळच राहिली.

महाराजांनी या एक-दोन जनावरांनाच प्रेम लावलं असं नाही, तर गोरक्षणाचं खूप मोठं कार्य केलं. म्हसवडला जनावरांचा मोठा बाजार भरत असे. त्या बाजारात लोक आपापली जनावरं कसायांना विकत. कधी निरुपयोगी झाली म्हणून, कधी निरूपायाने...

महाराजांना हे कळल्यावर त्यांनी जाऊन पाहिलं, तर तिथे अनेक गायी कसाई नेत होते. हे पाहून महाराजांच्या डोळ्यांत पाणी आलं. ते नेहमी म्हणत, ''गायीमध्ये माणासासारखी जाणीव थोडी जास्त आहे. वात्सल्य अधिक आहे.'' त्यामुळे महाराजांनी या कसायांना गाईंची भरपूर किंमत देऊन त्यांना विकत घ्यायला सुरुवात केली. काही गायी दुभत्या होत्या, तर काही आटलेल्या होत्या. सर्वांना महाराज

विकत घेत. त्यांना कसायाच्या हातून सोडवत आणि आपल्या गोशाळेत त्यांची प्रेमानं देखभाल करीत. अभ्यंकर नावाचे एक गृहस्थ त्यांनी त्यासाठी नेमले. ते गोशाळेची व्यवस्था बघत.

एकदा असेच महाराज म्हसवडला गेलेले असताना त्यांनी एका कसायाकडे बऱ्याच गायी पाहिल्या. महाराजांनी नेहमीप्रमाणे त्याला सांगितलं, ''मी जास्त किंमत देतो. या गायी मला दे.'' तो कसाई म्हणाला, ''कशाला एवढं मनाला लावून घेताय? जनावर ते! त्याला काय कळतंय...''

महाराज म्हणाले, ''अरे जनावरांनाही सगळं कळतं. गायीमध्ये तर माणुसकी, वत्सलता जास्त असते.''

पण तो काही ऐकायला तयार होईना. शेवटी एक अट घातली त्यानं. म्हणाला, ''बोलवा बरं या गाईंना तुम्ही तुमच्याकडे. त्या आल्या, तर मी तुम्हाला त्या देईन. नाही तर परत घेऊन जाईन.''

महाराज तयार झाले. बरंच लांब उभं राहून त्यांनी हाक मारली, ''कृष्णे, गोदे, गंगे, तुंगभद्रे, कोयने, या गं या... या दीन दासाकडे या.''

हे ऐकल्यावर सगळ्या गायी धावत धावत, आनंदानं महाराजांकडे आल्या. कसाई तिथून निघून गेला. या गोरक्षणाच्या कार्यासंबंधात चर्चा चालू असताना महाराज म्हणाले, ''कुठलंही काम भगवंताचं म्हणून करावं. त्याचं अनुसंधान ठेवून करावं. काही हेतू, इच्छा मनात बाळगून करू नये. शिवाय कार्याला भगवंताचं अधिष्ठान असावं.''

एकेका गायीच्या अशा किती कहाण्या सांगाव्यात? महाराजांनी गाईंच्या रक्षणाचं कार्य विलक्षण प्रेमानं केलं.

चरित्रबोध

सद्गुरु भक्ताचे प्रारब्ध टाळत नाहीत, तर त्याच्या सहनशक्तीच्या पलीकडील प्रारब्ध स्वतः घेऊन त्याचे रक्षण करतात.

प्रसंगांमधून शिकवण, धाकटे राममंदिर

संत किंवा सद्गुरू दिसताना आपल्यासारखे देहधारी दिसत असले, तरी ते वेगळ्या पातळीवर असतात. तिथे मानवी बुद्धी, तर्क लागू पडत नाही.

एकदा कर्नाटकातली आठ-दहा माणसं महाराजांकडे आली होती. थोडे दिवस त्यांना ठेवून घेतल्यावर ते परत जायला निघाले. महाराजांनी त्यांच्यासाठी पिठलं-भात करायला सांगितला.

तोवर इकडे हरिपंत म्हणून एक जण नित्य सेवेतले होते, त्यांनी महाराजांच्या पलंगावरची चादर काढली. गादी गुंडाळून पूर्ण पलंग पुसून घेतला. त्यावर पुन्हा सतरंजी, गादी घालून नवी स्वच्छ चादर घातली.

कर्नाटकची मंडळी जायला निघाली. ती महाराजांचा निरोप घ्यायला आली, तेव्हा महाराज हरिपंतांना म्हणाले, ''माझ्या गादीखाली काही रुपये आहेत. ते घेऊन या बरं.''

हरिपंत म्हणाले, ''मी आत्ताच सगळा बिछाना स्वच्छ झाडून लावला. गादीखाली पैसे नाहीत.''

त्यावर महाराज म्हणाले, ''तुमची विद्या सगळीकडे कशी उपयोगी पडेल? मी सांगतो त्यावर तर्क लढवू नका. गादीखाली जे दिसेल ते घेऊन या.''

हरिपंतांनी जाऊन पाहिलं, तर त्यांना गादीखाली चार खण, सहा रुपये सापडले. महाराजांनी जाणाऱ्या मंडळींपैकी बायकांना खण, पुरुषांना एकेक रुपया दिला आणि पाठवलं. सद्गुरू कुठलीही गोष्ट विनाकारण करत नाहीत.

महाराजांना हे पैसे, खण कुठूनही काढून देता आले असते आणि हरिपंतांनी ते

आणले असते. पण महाराजांनी ते हरिपंतांनी स्वच्छ झाडून ठेवलेल्या गादीखालूनच काढले. कारण त्यांना हरिपंतांना हे शिकवायचं होतं, की व्यवहारातली विद्या आणि अध्यात्मविद्या वेगळी असते. आपल्या व्यावहारिक बुद्धीने, तर्काने सद्गुरूंना काही सांगायला जाऊ नये. एकदा गुरू पारखून घेतले, की त्यांचं आज्ञापालन करणं हे आणि फक्त हेच शिष्याचं कर्तव्य असतं.

तुकामाईंनी महाराजांना झाडाची तोडलेली पानं झाडाला पुन्हा चिकटवायला सांगितली होती, तेव्हा हे कसं शक्य आहे असा विचारही न करता झाडाला पानं चिकटवली होतीच ना!

एकदा महाराज काही माणसांसोबत बोलत होते. बोलता बोलता म्हणाले, ''जो पंत असतो, तोच संत होऊ शकतो.'' काही जणांना हे पटलं नाही. त्यांपैकी एकाने विचारलं, ''असं कसं, महाराज? म्हणजे गरीब माणसाला परमार्थ साधताच येणार नाही की काय?''

महाराज म्हणाले, ''का? गरीब काय, एखादा भिक्षेकरीही पंत असू शकतो.''

''ते कसं, महाराज?''

''सांगेन कधीतरी.'' असं म्हणून महाराजांनी विषय संपवला. त्यानंतर काही दिवसांनी महाराज म्हणाले, ''आज माझ्या सद्गुरूंची - तुकामाईंची पुण्यतिथी आहे. आपण गावात भिक्षा मागू आणि प्रसाद करू.''

महाराज आणि त्यांच्याबरोबर काही मंडळी हातात झोळी घेऊन निघाले. मुखानं मनाचे श्लोक म्हणत चालत होते. एखाद्या घरापाशी थांबून 'जय जय रघुवीर समर्थ' अशी खणखणीत हाक देत. महाराजांचा अधिकार माहीत असल्यामुळे त्यांना मोठ्या आदराने कुणी पैसा, कुणी 'आणा' (त्या काळाची मोजण्याची पद्धत) असं देई. जी सांपत्तिक स्थिती उत्तम असणारी माणसं होती; त्यांनी रुपया, दहा रुपयेसुद्धा दिले.

शेवटी एका रामदासीबुवाच्या झोपडीपुढे महाराज उभे राहिले. हा रामदासी साडेतीन कोटीच्या जपाच्या अनुष्ठानासाठी गोंदवल्यात येऊन राहिला होता. तो फक्त चार घरी भिक्षा मागे. मिळालेलं पीठ पाण्यात कालवून खाई आणि पुन्हा अनुष्ठानाला

बसे. महाराजांची 'जय जय रघुवीर समर्थ' ही हाक ऐकून तो लगबगीने आला. मिळालेली सगळी भिक्षा क्षणाचाही विचार न करता त्यानं महाराजांच्या झोळीत टाकली आणि त्यांना साष्टांग नमस्कार केला.

महाराज म्हणाले, ''हा खरा पंत!''

काही दिवसांपूर्वी ज्यांनी शंका विचारली होती, त्याला महाराज म्हणाले, ''सकाळपासून लोकांनी आपल्याला भिक्षा घातली खरी, पण प्रत्येकाने आपल्यासाठी राखून उरलेलं थोडं आपल्याला दिलं. या रामदासीबुवानं मात्र त्याला मिळालेली सगळी भिक्षा आपल्याला घातली. आज त्याला उपास घडला असणार. हा खरा उदार माणूस!''

मग महाराजांनी खरा मोलाचा उपदेश केला, ''प्रापंचिक माणसानं घरात असलेलं सर्वच्या सर्व संपवून टाकू नये, हे खरं! पण प्रसंग पडला, तर देण्याची तयारी असली पाहिजे, हेही खरं. अशा थोर मनाच्या माणसांना प्रपंच साधतो.''

परभणीचा एक जमीनदार महाराजांचा भक्त होता. अत्यंत खरा भक्त! लहान वयात त्याची पत्नी वारली. एक लहान मुलगा आणि आई एवढीच त्याची जबाबदारी! शेतीचं उत्पन्न व्यवस्थित असल्यामुळे त्याला प्रपंचाची काही काळजी नव्हती. सर्वसंगपरित्याग करून आपण रामदासी व्हावं, अशी त्याची प्रामाणिक इच्छा होती. महाराज म्हणायचे, ''जरूर रामदासी व्हा. पण योग्य वेळ आल्यावर. तोवर भरपूर नाम घ्या.''

अशीच काही वर्षं गेली. मुलगा मोठा झाला. त्याचं लग्न झालं. आता तो शेतीचे व्यवहार बघू लागला. कर्ता झाला. आई वृद्ध होऊन गेली!

एके दिवशी जमीनदाराने एक कागद तयार केला. आपली सगळी संपत्ती, भांडीकुंडी, घरदार, जनावरं सगळं त्याने मुलाच्या संमतीनं महाराजांना अर्पण केलं आणि खाली स्वत:ची सही केली. महाराजांनी तो कागद वाचून मुलाकडे दिला. त्याला म्हणाले, ''हे सगळं रामाचंच आहे हे खरं. पण त्यासाठी या कागदाची आवश्यकता नाही. तू नेहमीप्रमाणे प्रपंचाचे व्यवहार कर. रामाची मालकी मात्र विसरू नकोस.''

चार-पाच वर्षं गेली. जमीनदार खूपच आजारी पडला. वैद्यांनी सांगितलं, ''आता कठीण आहे यांचं.'' तेव्हा त्यांनी महाराजांना भेटण्याची विनंती केली. महाराज आले. त्यांच्यापाशी तो म्हणाला, ''महाराज, खरं खरं सांगतो. तुम्ही म्हणता, भगवंताला सर्वस्व दिलं, की तो आपला होतो. मी माझं सर्वस्व त्याला दिलं. पण तो काही 'माझा' झाला नाही आणि आता वेळ उरला नाही. इतकं केलं देवासाठी, पण जाताना समाधान नाही.''

महाराजांनी प्रेमानं त्यांच्या डोक्यावरून हात फिरवला आणि म्हणाले, ''परमेश्वराला तुम्ही सर्वस्व दिलंत. पण 'स्व' कुठे दिलात?''

मग महाराजांनी 'स्व' द्यायचा म्हणजे काय, हे समजावून सांगितलं. परमेश्वराच्या नावे सर्व संपत्तीचा कागद करणं आणि खाली स्वत:ची सही म्हणजे 'माझी' संपत्ती मी ईश्वराला देतो आहे अशी भावना असणं. याउलट संपत्तीवर व्यावहारिक नाव कुणाचंही असलं, तरी आहे हे सगळं - सुतळीच्या तोड्यापासून घरदार, सोन्यानाण्यासकट - त्याचंच आहे हा भाव मनात ठेवून स्वत: प्रपंच करणं म्हणजे 'स्व' देणं. परमेश्वराला तुमचं सर्वस्व नको असतं. 'स्व' हवा असतो. 'मी त्याचा आहे' ही जाणीव रात्रंदिवस मनात असणं, म्हणजे 'स्व' देणं.''

पुढे ते म्हणाले, ''तुम्ही काळजी करू नका. भगवंत तुम्हाला प्रचिती देईल.'' तो माणूस यातून नंतर बरा झाला. नंतरचा काळ त्याने खऱ्या अनुसंधानात घालवला. दीड वर्षांनी त्याचा अंतकाळ जवळ आला. या वेळीही महाराज त्याच्याबरोबर होते. तो म्हणाला, ''मी अत्यंत समाधानी आहे. शांत चित्ताने आणि आनंदाने सर्वांचा निरोप घेतो.''

महाराजांचं एक वैशिष्ट्य होतं. त्यांना प्रश्न विचारल्यावर त्यांच्या तोंडून पहिल्यांदा चटकन त्यांच्या तोंडी जे उत्तर येई, तेच त्यांचं खरं मत किंवा आज्ञा असे. त्यावर जर कुणी शंका उपस्थित केली, अडचण सांगितली, तर दुसऱ्याला बरं वाटेल, सोयीचं वाटेल असं उत्तर ते देत. कारण स्वभावानं मृदू असल्यामुळे ते कुणाला दुखवत नसत. पण ते त्यांचं खरं मत नसे.

कमळ फुललंय हे भुंग्यांना सांगावं लागत नाही. सुगंधाकडे आकर्षित होऊन ते कमळाभोवती जमतातच. तसंच महाराजांचं झालं होतं. त्यांची कीर्ती भारतभर पसरली होती. उत्तरेतले विशेषतः इंदूर, काशी इथले लोक 'दख्खन के बाबा' म्हणून त्यांना ओळखत होते. हळूहळू 'गोंदवलेकर महाराज' हे त्यांचं नाव प्रचलित झालं.

आश्चर्याची गोष्ट अशी की, त्या काळी प्रवासाची साधनं फारशी नव्हती तरी लोक लांबून लांबून महाराजांकडे येत. त्यांचा उपदेश ऐकण्यासाठी. महाराज सगळ्यांना विविध प्रकारे एकच सांगत, ''नाम घ्या. नाम सगुण-निर्गुणातला सेतू आहे. ते सगुणही आहे, निर्गुणही! स्थूलातून ते सूक्ष्मात नेतं. नाम आणि नामी एकच. भगवंतापेक्षाही भगवंताचं नाम श्रेष्ठ आहे.''

प्रवासाच्या सोयी नव्हत्या, तशा राहण्याच्याही सोयी नव्हत्या. आलेले लोक राममंदिरात राहत. पण आता तीही जागा कमी पडू लागली. मग महाराजांनी आणखी एक राममंदिर बांधलं. जिथे गोंदवल्यात येणाऱ्या प्रापंचिक भक्तांना बायका-मुलांसकट राहता येईल, अशा खोल्या बांधल्या. या राममंदिराला 'धाकटं राममंदिर' असं नाव पडलं. पण मंदिर नुसतं बांधून कसं चालणार? त्याची नीट देखभाल हवी, रोजची पूजा-अर्चा व्यवस्थित व्हायला हवी. त्यासाठी महाराजांनी चिंतुबुवा नावाच्या उपाध्यायांची नेमणूक केली. त्यांना उपजीविकेसाठी आणि मंदिराच्या व्यवस्थापन खर्चासाठी शेताचा एक तुकडा दिला.

पण महाराज प्रापंचिकांचेही आदर्श होते. घरी आई होती, पत्नी होती. प्रपंच सुरू होता महाराजांचा. पत्नीही हे समजून होती, की आपला प्रपंच सामान्य माणसांसारखा नाही. महाराजांनी तिला अंतःचक्षू दिलेच होते. त्यामुळे बाकी दिसत नसलं, तरी महाराज कुठे आहेत, काय करीत आहेत हे तिला कळू शकत होतं. प्रपंच आणि परमार्थ दोन्ही सुरळीत चालवण्यासाठी महाराजांनी आपला व्याप वाढवला. शेती विकत घेतली. ते स्वतः शेतीमध्ये भरपूर काम करत. नांगर हाकणं, जमीन उकरणं, खडे-गोटे काढणं, हरळी उपटणं हे सारं ते स्वतः करीत.

समर्थांनी दासबोधामध्ये म्हटलंय, ''लोक म्हणतात, की जितका व्याप, तितका संताप. पण हे खरं नाही. जितका व्याप कराल, तितकं वैभव वाढेल.''

वैभव मिळवायला कधीही कुठल्याही संतांनी विरोध केला नाही. फक्त त्या वैभवाबद्दल अहंकार, मोह नसावा. महाराजांनी सांगितल्याप्रमाणे प्रापंचिकानं कष्ट करून वैभव वाढवावं. मात्र हे सारं वैभव परमेश्वराचं आहे ही भावना असावी. एखादा विश्वस्त ज्याप्रमाणे एखाद्या संस्थेच्या निधीविषयी जागृत असतो; पण हा निधी संस्थेचा आहे, माझा नाही हा भाव त्याच्या मनात असतो. तसंच प्रापंचिकानं वैभवाबद्दल ममत्व बाळगू नये.

महाराज या शिकवणीतलं अक्षर अन् अक्षर आचरणात आणत होते. महाराजांकडे येणाऱ्या लोकांनाही शेतीची कामं करावी लागत; स्त्रियांना स्वयंपाक, धान्य निवडणं, दळणं ही कामं करावी लागत. यामागे दोन विचार होते.

एक तर श्रीमंत, गरीब सर्वांनाच काम करावं लागत असल्याने परमार्थाला अत्यंत घातक असलेला अहंकार निघून जातो.

दुसरी गोष्ट म्हणजे शरीरकष्ट आणि इतरांची सेवा केल्यामुळे चित्तशुद्धी होते. बहुतेक संत साधनेच्या सुरुवातीला आणि नंतरही वयानुसार भरपूर शरीरकष्ट करतात आणि शिष्यांकडूनही करवून घेतात.

महाराजांवरच्या प्रेमामुळे अनेक श्रीमंत, गरीब, पुरुष, स्त्रिया, महिला गोंदवल्यात येऊन भरपूर शारीरिक कष्ट करत आणि आनंदाने बाजरीची भाकरी, आमटी खाऊन तृप्त होत.

धाकटं राममंदिर बांधल्यानंतर काही दिवसांनी महाराजांनी तिथे एक गायत्री पुरश्चरण आणि एक रुद्र स्वाहाकार आयोजित केला. अनेक ठिकाणचे नामांकित पंडित त्यासाठी आले होते. या स्वाहाकारासाठी वाईचा एक वैदिक पंडित आला होता. त्यांनी पाहिलं, की महाराज वैदिक होमहवन अगदी व्यवस्थित करीत होते. तरी या वैदिक पंडितांना खटकणारी एक गोष्ट होती. महाराज सर्वांना रामनाम घेण्याचा उपदेश करत होते. पुन्हापुन्हा तेच सांगत होते. कित्येकांचं असं म्हणणं आहे, की वेदांमध्ये सगुण भक्ती नाही. शास्त्रशुद्ध वैदिक कर्म, यज्ञयाग यांतूनच माणसाचा उद्धार होतो. रामनाम घेणं हे अवैदिक आणि अशास्त्रीय आहे. त्यामुळे वाईच्या या पंडितानं वेदशास्त्रसंपन्न भाऊशास्त्री लेले यांना महाराजांविरुद्ध सांगणारं एक पत्र

पाठवलं. भाऊशास्त्रींनाही हे पटलं. त्यांनी परचुरेशास्त्रींकडून महाराजांना तसं पत्र पाठवलं. यामुळे साऱ्या पुरोहितांमध्ये बरीच अस्वस्थता पसरली. शेवटी सर्वांची एक सभा घेऊन त्यामध्ये निर्णय घ्यायचा असं ठरलं.

होमाच्या मांडवात सभेचं आयोजन केलं गेलं. तिथे महाराजांसाठी एक उच्चासन होमाच्या काळातच तयार केले होते. पण सभेच्या दिवशी महाराज तिथे बसले नाहीत. मोठ्या आदराने त्यांनी स्वाहाकाराच्या मुख्य विप्रांना त्यावर बसवले आणि स्वत: समोरच्या बैठकीवर श्रोत्यांमध्ये बसले.

सभेला सुरुवात शास्त्रीबुवांनी केली आणि नंतर अनेक विप्र बोलले. त्या साऱ्यांचं म्हणणं एकच होतं - ''वेद ही देवांची नि:श्वासितं. वेदांची आज्ञा सर्वश्रेष्ठ आहे. वैदिक कर्मांशिवाय चित्तशुद्धी होणार नाही. ज्यांना वैदिक कर्माचा अधिकार नाही, अशा अज्ञानी आणि आचारहीन लोकांना रामनामाचा उपदेश ठीक आहे. पण त्याचा असा सार्वत्रिक प्रसार होऊ नये. तसं केल्यास धर्म भ्रष्ट होईल.''

महाराजांनी हे शांतपणे ऐकून घेतलं. त्यानंतर सर्व विप्रवर्यांना एक साष्टांग नमस्कार घातला. मग जवळजवळ अर्धा तास ते बोलत होते. महाराज म्हणाले, ''वेदांची आज्ञा मला शिरसावंद्य आहे. वैदिक कर्मानं चित्तशुद्धी होतेच, परंतु ज्या भगवंताची प्राप्ती व्हावी म्हणून चित्तशुद्धी करायची, त्या भगवंताचं अधिष्ठानच वैदिक कर्मांना नसेल, तर उपयोग काय? मग कर्ममार्गाचं पर्यवसान कर्मठपणामध्ये होतं. शिवाय सध्याच्या काळी बाह्य परिस्थितीत फरक पडला असल्यानं लोकांच्या श्रद्धेतही फरक पडला. काही वैदिक कर्मं आचरणात आणणं अवघड किंवा अशक्य झालंय. त्यामुळे वैदिक कर्मं म्हणावी तशी होत नाहीत.

''कर्ममार्ग निष्ठेनं आचरणाऱ्या माणसांमध्ये कर्म हेच सर्वस्व आहे, अशी कर्मठपणाची भावना निर्माण होते. कर्ममार्गी माणसांच्या शिस्तीबद्दल आणि संयमाबद्दल मला आदरच आहे.

''हेही खरं की, एक रामनाम घेतलं, की सर्व धर्मबंधनं माफ होतात असं बिलकूल नाही. परंतु कर्मानं चित्त शुद्ध होत असताना नामामुळे भगवंताच्या अस्तित्वाची जाणीव जागृत राहते. इतकंच नव्हे, तर पूर्ण चित्तशुद्धी झाल्यावर कर्म गळून पडतं, तेव्हा फक्त नामच शिल्लक राहतं. आपण भगवंताशी एकरूप झालो, की नामही त्यात मुरून जातं.''

यावर बरीच चर्चा झाली. चर्चेचा सूर थोडा महाराजांच्या बाजूनंच येऊ लागला,

कारण ते तर्कशुद्ध आणि मुख्य म्हणजे अनुभवाचं बोलत होते. मग मध्येच कुणीतरी शंका काढली, ''नाम ठीक आहे, पण रामनाम हा शास्त्रीय मंत्र नाहीच आहे.''

आत्तापर्यंत महाराज त्यांच्या विरोधात होणारी विप्रांची भाषणं शांतपणे ऐकत होते. कुणी त्यांची अवहेलनाही करीत होते. तीही शांत चित्ताने आणि स्मितवदनाने ऐकत होते. पण रामनामाला दूषणं दिलेली ऐकली आणि महाराज उसळून उठले. म्हणाले, ''रामनाम हा नुसता मंत्र नाही, तर सिद्ध मंत्र आहे. तो आपल्याला भगवंतापर्यंत नेतो; एवढंच नाही, तर भगवंताला आपल्याकडे खेचून आणतो. हा माझा प्रत्यक्ष अनुभव आहे. ज्याला हवं असेल त्यानं हा अनुभव प्रत्यक्ष घेऊन पाहावा. रामनाम हा देहबुद्धी जाळणारा अग्नी आहे.

''रामनाम हे ॐकाराचंच स्वरूप आहे. ते सर्व कर्मांचा आणि साधनांचा प्राण आहे. श्री शंकरांपासून ते श्रीसमर्थांपर्यंत सर्व महासिद्धांनी रामनामच घेतले आहे. जो रामनामाचा साडेतीन कोटी जप करेल, त्याला या देवतेचा अनुभव आल्याशिवाय राहणार नाही. आजही मी हेच सांगतो आणि हेच सांगत राहीन, की आपण सर्वांनी रामनामाचा आधार घेऊन राम जोडावा.''

महाराज पुस्तकी ज्ञान सांगत नव्हते. स्वतःचा अनुभव सांगत होते. त्यांच्या चेहऱ्यावर तेज आलं होतं. शब्दांत स्वानुभवाचं सामर्थ्य होतं. याचा प्रभाव त्या पुरोहितांवर असा पडला, की बऱ्याच शास्त्री-पंडितांनी महाराजांकडून रामनामाचा अनुग्रह घेतला.

इथे एक सहज विचार मनात येतो.

सनातन धर्माच्या दृष्टीने वेद हे अत्यंत महत्त्वाचे. त्या वेदांमध्ये आपल्या धर्माचं सार आहे असं सनातनी हिंदू मानतात आणि ते खरंही आहे. पण सनातन धर्म मूल्यांचा मूळ गाभा तोच ठेवून काळानुसार बाह्यरूपाने बदलत गेला. वेदांमधल्या यज्ञ-यागादि कर्मकांडांत धर्म अडकू लागला, तेव्हा ऋषींमार्फत उपनिषदातलं ज्ञान आलं. त्यात कर्मकांड नाही. त्यापूर्वी ब्राह्मणं, आरण्यकं होतीच. हळूहळू उपनिषदं आली. त्यानंतर वेदातल्या सकाम कर्मांना कमी मानणारी, पण उपनिषदांचं घुसळण करून लोण्यासारखी वर आलेली श्रीमद्‌भगवद्‌गीता आली. उपासनेचे विविध मार्ग खुले होत गेले आणि साऱ्यांचं गंतव्य एकच-परमेश्वराची प्राप्ती! मोक्ष! पण कलियुगाला किंवा खरं तर प्रत्येक युगाला साजेशी, सोयीची उपासनापद्धती येत गेली, तरी मूळ वेदांचा अधिक्षेप कुणी केला नाही.

अत्यंत कर्मठपणे सर्व वैदिक कर्मकांड आचरणारे तपस्वी, विद्वान इथे सन्मानाने राहतात. हटयोगी राहतात. फक्त ज्ञानाच्या मार्गाने अखंड स्वाध्याय, चिंतन करणारे राहतात आणि संपूर्ण आयुष्य नामाच्या आधारावर काढणारे आणि सद्‌गती मिळवणारेही राहतात. हे सनातन धर्माचं सौंदर्य आहे.

ही परंपरा कुठे खंडित झाली नाही. तिचा अधिकार कुणी अमान्य केला नाही. पण कलियुगामध्ये जेव्हा वेदप्रणित कर्माचरण अशक्य होईल, तेव्हा फक्त नाम आणि नामच तारून नेईल हे सर्व संतांनी सांगितलं. ज्ञानेश्वर, तुकाराम, एकनाथ यांपासून साऱ्यांनी यासाठी वैदिक पंडितांचा रोष ओढवून घेतला, पण नंतर त्या पंडितांनी त्यांना सद्‌गुरू मानलं. त्यांच्याच पंक्तीत महाराजही आहेत. त्यांनाही वैदिक पंडितांशी वाद घालूनच 'नामस्मरण' हे शास्त्रीय आहे आणि वैदिकही आहे हे मान्य करून घ्यावं लागलं. या सर्वांनी उच्चरवानं एकच सांगितले, ''नाम हाच सर्व साधनांचा प्राण आहे. बाकी काही करण्याची गरज नाही.''

'एक तत्त्व नाम दृढ धरी मना' या शब्दांत महाराजांच्याही उपदेशाचं मुख्य सार सांगता येईल.

चरित्रबोध

एकदा का सद्‌गुरूंना पारखून घेतलं, की कसलाही तर्क न करता त्यांच्यावर संपूर्ण श्रद्धा ठेवणे हे खऱ्या शिष्याचे कर्तव्य असते.

स्वामी तिन्ही जगांचा...

महाराजांचा प्रपंच सुरू होता. या दरम्यान त्यांना दोन मुलंही झाली, पण ती दोन्ही अल्पायुषी ठरली. संत स्वतःचं प्रारब्ध कधीच बदलत नाहीत. त्यांनी आणि त्यांच्या पत्नीनं अपत्यवियोगाचं दुःख सोसलं. त्यांच्या दुसऱ्या पत्नी सरस्वती यांना लोक 'आईसाहेब' म्हणू लागले होते.

गीताबाईंनाही वाटत होतं, देवानं म्हातारपणी चांगले दिवस दाखवले. मुलानं प्रपंचात नीट लक्ष घातलं. शेती वाढवली. संपत्ती रामकार्यासाठी दिली याला कुणाचाच विरोध नव्हता, कारण ती या घराण्याची परंपराच होती. दारी आलेला अतिथी पूर्वीही कधी विन्मुख गेला नव्हताच.

महाराज आईची सेवा अगदी मनापासून करीत. इतक्या प्रौढ वयातही आईचं म्हणणं ऐकत. एकदा सहज त्यांनी विचारलं, ''आई, तुझी काही इच्छा आहे का गं? मुलानं पूर्ण करावी अशी...''

आईच्या डोळ्यांत पाणी आलं. त्या म्हणाल्या, ''संसारात तर मी भरून पावले. तुझं कर्तृत्व डोळा पाहिलं. एकदा काशीला मात्र जावंसं वाटतंय. काशीविश्वेश्वराचं, अन्नपूर्णेचं दर्शन घेतलं, गंगेत स्नान केलं, की या देहाचं सार्थक होईल बघ.''

''वा! फारच उत्तम! लगेच निघू आपण.'' असं म्हणून ते काशीयात्रेच्या तयारीला लागले. आईसाहेबांचीही त्यांच्याबरोबर जाण्याची इच्छा होती, पण त्यांना ते अवघड गेलं असतं. इथे त्या एकट्या राहू शकल्या नसत्या. म्हणून महाराजांनी त्यांना 'आपण पुढे कधीतरी जाऊ' असं म्हणून माहेरी पाठवलं. आजपर्यंत महाराज अनेक वेळा काशीला गेले होते. पण ते एकटे आणि पायी गेले होते. आता त्यांनी

जवळजवळ शंभरेक स्त्री-पुरुष बरोबर घेतले आणि ते रेल्वेने जायला निघाले. ओळखीच्या लोकांना गीताबाईंनी निघता निघता सांगितलं, ''घराकडे लक्ष असू द्या बरं का... मी यात्रेहून लवकरच परत येते.'' महाराजांनी हे ऐकलं. मग आईला म्हणाले, ''आई आता तू खूप थकली आहेस. कुणास ठाऊक काळ कसा येतो? घराचा लोभ कशाला ठेवतेस? आपण त्याची वाट लावू.''

असं म्हणून महाराजांनी चिंतुबुवांना बोलावलं. त्यांना दानाचा मंत्र म्हणायला लावला. हातावरून उदक सोडून घरावर तुळशीपत्र ठेवलं आणि लोकांना सांगितलं, ''ज्याला जी वस्तू हवी असेल, त्यानं ती घेऊन जावी.''

झालं! घर लगेचच धुतल्याप्रमाणे स्वच्छ! एक वस्तू उरली नाही. गीताबाई नुसत्या बघतच राहिल्या. म्हणाल्या, ''गणू, अरे मी समजत होते, तुला प्रापंचिक शहाणपण आलंय. पण तू तर अजून होता तसा बैरागीच आहेस. कधी काय करशील त्याचा नेम नाही.''

महाराजांची आईबरोबर काशीयात्रा सुरू झाली. नाशिकला गोदास्नान करून ते प्रयागला पोहोचले. तिथल्या एका भक्तानं त्यांची उतरण्याची, राहण्याची व्यवस्था अगदी राजासारखी केली होती. आईला घाटाच्या पायऱ्यांची चढउतार शक्य नव्हती, म्हणून महाराज तिला हातांवर घेऊन नदीवर नेत आणि आणत. आईच्या हातून त्यांनी भरपूर दानधर्म करवला. त्यांनी पाच सहस्र भोजनं, तीन इच्छाभोजनं, सर्व भिक्षेकऱ्यांना पाच भोजनं, संन्याशांना तीन भोजनं घातली. सर्वांना आईच्या हस्ते वस्त्र आणि दक्षिणा दिली.

अनेक विद्वान, शास्त्री, पंडित यांच्याशी चर्चा झाली आणि सर्वांना त्यांनी रामनामाचं महत्त्व पटवून दिलं.

आत्मानंद सरस्वती नावाचे मोठे विद्वान त्यांच्याकडे मुद्दाम न कळवता गेले. वैदिक कर्मांऐवजी रामनामाचं महत्त्व सांगणाऱ्या या साधूचं खासगी जीवन पाहता येईल आणि त्यावरून त्यांची पारमार्थिक योग्यता जोखता येईल, असा त्यांचा छुपा हेतू होता. ते गेले, तेव्हा महाराज आईच्या हातांवर पाणी घालत होते; कारण आईचं नुकतंच जेवण झालं होतं. ते बघून आत्मानंदांना आपल्या आईची आठवण आली आणि त्यांच्या डोळ्यांत पाणी तरळलं. अशा मातृभक्त माणसाबद्दल त्यांचं मत एकदम अनुकूल झालं. महाराजांनीही त्यांना भेटल्यावर साष्टांग नमस्कार घातला. त्यांची ही लीन वृत्ती बघून तर आत्मानंद सरस्वतींचं अधिकच चांगलं

मत झालं. मग ते म्हणाले, ''रामनामाच्या माहात्म्याबद्दल तुमच्याकडून ऐकावं म्हणून आलोय.''

हा तर महाराजांचा आवडता विषय! एकद्या विद्वान संन्याशाला रामनामाचं महत्त्व पटवून देणं हा आनंदाचा भाग! ते भरभरून बोलत होते. बोलता बोलता ते म्हणाले, ''भगवंताला विषयाचा विटाळ जराही चालत नाही.''

''तो कसा?'' स्वामींनी विचारलं.

''संन्याशाला लसणाचा विटाळ वाटतो तसा.''

हे ऐकल्यावर स्वामी चमकले. तरी त्यांनी विचारलं, ''याची शुद्धी कशी होते?''

''त्याला स्नानापेक्षाही महत्त्वाचं आहे रामनाम.'' हे ऐकल्यावर स्वामींनी महाराजांना साष्टांग नमस्कार घातला. पायावर डोकं ठेवलं. झालं होतं असं, की स्वामींनी आदल्या दिवशी स्वप्नात लसूण खाल्ला होता. त्याचा त्यांना इतका पश्चात्ताप होत होता, की त्यांनी त्याच्या शुद्धीसाठी स्नान केलं. तरी मनातून ती अस्वस्थता गेली नव्हती. महाराजांचं ज्ञान आणि अंतर्ज्ञान यांनी ते प्रभावित झाले. महाराजांकडून त्यांनी रामनाम घेतलं आणि महाराजांनी त्यांना दीक्षा देण्याचा अधिकार दिला.

एके दिवशी दवंडी पिटून त्यांनी काशीतल्या सगळ्या भिकाऱ्यांना दुपारी बारा वाजता जेवायला बोलावलं. घरी ('गंगामहल' नावाच्या महालासारख्या घरी त्यांची सोय भक्ताने केली होती.) किती सामान आहे, ते पाहिलं, तर एक शेर (अंदाजे दोन किलो) तांदूळ आणि अर्धा शेर (एक किलो अंदाजे) तूरडाळ शिल्लक होती. आईनं समजावून सांगितलं, ''या एवढ्या मोठ्या शहरात केवढे भिकारी असतील... सगळ्यांना एवढ्याशा डाळ-तांदळात कसं जेवायला घालणार? आता म्हटलंच आहेस, तर उसनं तरी आण कुणाकडून.''

''उसनं? अगं, ते नंतर फेडावं लागेल ना. माझ्याजवळ एक पैसाही नाही. काय करणार? जाऊ दे. एवढ्या धान्यात जेवढे भिकारी जेवतील, तेवढे जेवू देत.''

भात-आमटी तयार झाली. महाराजांनी तो भात परातीत ओतायला सांगितला. त्यावर रामाचं तीर्थ शिंपडून छाटी झाकून ठेवली. आमटीतही तीर्थ घातलं. दुपारी

बारा वाजता भिकारी येऊ लागले. जवळजवळ हजार-बाराशे भिकारी जेवून गेले. दुपारी चारपर्यंत पंगती सुरू होत्या. सगळं झाल्यावर महाराज स्वयंपाकघरात गेले. किती अन्न उरलंय ते बघितलं, तर एक शेराचा भात आणि अर्धा शेर डाळीची आमटी शिल्लक होती.

''रामरायानं लाज राखली हो माझी.'' असं म्हणून महाराज बाहेर पडले.

काशीमध्ये अशा अनेक घटना झाल्या. त्यानंतर आईला घेऊन ते गयेला गेले. नंतर अयोध्येला गेले. अयोध्येत गीताबाईंचं शरीर क्षीण होऊ लागलं. अन्न जाईना. त्या थोड्याशा दुधावर राहू लागल्या. त्यांना वाटू लागलं, आता आपण फार काळ जगणार नाही. शरयूमध्ये स्नान करावं, भरपूर दान-धर्म करावा असं त्यांना वाटू लागलं.

मग महाराजांनी त्यांना हातांवर उचलून शरयूवर नेलं. स्नान करवलं. रामरायाचं दर्शन करवलं. मग घाटावरच गादी घातली. आईला टेकून बसवलं आणि सांगितलं, ''आई गादीखाली पैसे आहेत. हवा तितका दानधर्म कर.'' आईने गादीखाली हात घातला, तर मूठभर पैसे निघाले. भरपूर दान झालं, तरी गादीखाली हात घातल्यावर मूठभर पैसे लागायचेच हाताला!

शेवटी आईनं विचारलं, ''अरे, किती पैसे आहेत अजून आपल्याकडे?'' महाराज म्हणाले, ''आपल्याकडे पैशाची गंगा आहे. तू नको काळजी करू.''

आई म्हणाली, ''तुझ्याकडे ही विद्या आहे. हे आधी का नाही सांगितलंस?''

महाराजांचं उत्तर होतं, ''या विद्येचा उपयोग स्वत:साठी करायचा नसतो, म्हणून नाही सांगितलं.''

यानंतर थोड्याच दिवसांत महाराजांच्या मांडीवर राम-नामाचा जप करीत त्या माउलीने प्राण सोडला.

महाराज विलक्षण धीराचे. स्थितप्रज्ञ योगी. आत्मज्ञानी! आईचा देह गेला, ती आत्म्याच्या रूपात अजर, अमरच आहे; हे काय त्यांना माहीत नव्हतं?

पण ज्ञान झालं म्हणजे भावना संपली असं होतं नाही. होऊ नये. ज्ञानोत्तर भक्तीप्रमाणे ज्ञानोत्तर प्रेमही असेलच की! हे प्रेमच मानवी जीवन सुंदर, मधुर करतं ना! त्यामुळे आईने शेवटचा श्वास घेतल्यावर, ''आई! तू गेलीस ना...'' म्हणून हुंदका आला महाराजांना. डोळ्यांत अश्रू आले.

नेण्याची व्यवस्था झाल्यावर लोक आत आले, तेव्हा आईची चैतन्यहीन काया मांडीवर घेतली आणि महाराजांच्या तोंडून उत्स्फूर्त श्लोक बाहेर पडले -

दया करी राम-सीता। सांभाळावी माझी माता॥
दया करी शरयूबाई। मुक्त करी माझी आई॥
हनुमंत कृपा व्हावी। माझी माय पदी न्यावी॥
शिवरूपी ब्रह्मगामी। आईवर कृपा करा तुम्ही॥
लोळे देवाचे मी पायी। मुक्त करा माझी आई॥
आईचे दोष माझे माथी। येवढी ऐकावी विनंती॥
दास म्हणे रघुवीरा। माझी आई मुक्त करा॥

हा एका साक्षात्कारी संताचा आईसाठी विलाप आहे. तो साधा नाही. साक्षात महाराजांची आई! गाठी पुण्य असल्याखेरीज का हे दिव्य मातृत्व तिला मिळालं असेल?

त्यांची स्वत:चीही उपासना होती. पण महाराजांच्या संत-नजरेला आईचं घरात गुंतणं जाणवलं असेल, मायेत अडकणं जाणवलं असेल... ते काहीही तिच्या मुक्तीच्या आड येऊ नये म्हणून तिचं 'माणूस' म्हणून जे काही दोष असतील ते सारे आपल्या माथ्यावर घ्यायलाही ते तयार झाले आणि सर्व देवांना एकच विनंती केली - 'माझ्या आईला मुक्ती द्या. मुक्ती द्या. मुक्ती द्या.'

पण क्षणात या संत हृदयात एक लहान मुलगा जागा झाला. सर्वस्वी आईवर अवलंबून असणारा... गावभर खेळून आलं, तरी घरात आल्यावर आईला शोधणारा...

आता कोठे राहू, कोठे जाऊ। आई तुला कोठे पाहू?॥
तुम्ही जन्म मज दिला। आज कंटाळा हो केला॥
सर्व सुख तुझे पायी। कोठे सोडून गेली आई॥
हरिणी पाडस चुकली। मज वेळ तैसी आली॥
माझे दैव कमी झाले। तुज देवे बोलाविले॥
दास म्हणे माझा प्राण। तुजवीण झाला दीन॥

त्या क्षणी स्वत: अस्तित्वही नकोसं होतं, देहाचं बंधन वाटतं आणि आपणही हा देह टाकून त्या आत्म्याबरोबर जावं असं वाटतं.

अयोध्यापुरीची ही थोरी। स्वर्गद्वार शरयूतीरी॥
तेथे मातेसी आराम झाला। मज राम विसरला॥
हा योग न पाहवे डोळा। आला देहाचा कंटाळा॥
दास म्हणे तुम्ही गेला। तेथे नाही नेले मला॥

आईच्या पोटी जन्मा आलो। काही उत्तीर्ण नाही झालो॥
आई फार व्याकुळ झाली। तिची दया नाही आली॥
सोडुनीया आईबापा। तीर्थां जाऊन करी पापा॥
आता आई रागावली। मज सोडुनिया गेली॥
मासांमाजी भानुवार दिवशी। आई गेली वैकुंठासी॥
दीनदास म्हणे आई गेली। आता दया नाही आली॥

कधीकधी संतांनाही 'माणूस' होऊ द्यावं. त्यांच्याकडे एक सद्गुरू म्हणून बघावं, त्यांना सामान्य माणसांचे नियम लावू नयेत ते त्यांची आज्ञा पाळताना. त्यांच्या लोकव्यवहाराविरुद्ध होणाऱ्या वर्तनाचे अर्थ लावताना.

पण संतांनाही पूर्ण समजून घ्यायचं असेल, तर त्यांचं हे 'माणूस' असण्याचे क्षण महत्त्वाचे म्हणून अभ्यासायला हवेत. माणसाचा देह धारण केल्यानंतर माणसासारखी सुख-दुःखं, भावभावना त्यांनाही असणार. पण त्या भावना, ती सुखदुःखं ते कशा प्रकारे भोगतात, सहन करतात, त्यातून पुन्हा कसे वर उठतात, यात त्यांचं संतपण असतं.

एखादा माणूस 'देव' आहे असं मानलं, की आपल्यावर त्यांच्यासारखं आदर्श वागण्याचं बंधन येतच नाही. ती व्यक्ती 'माणूस'च होती, पण संतपदाला पोहोचली. आपणही त्यांच्यासारखं होण्याचा निदान प्रयत्न करू शकतो ही जबाबदारी आपल्यावर येते. म्हणून त्यांना देवत्व देणारे त्यांनी केलेले चमत्कार पाहण्यापेक्षा त्यांनी जीवन कसं पेललं हे पाहणं जास्त उद्बोधक असतं.

आपल्या मनात एक मातृवियोगी मुलगा आणि एक साक्षात्कारी संत एकत्र आहेत हे दाखवणारा आणखी एक अभंग आईच्या अंतिम यात्रेचं वर्णन करणारा अभंग महाराजांच्या तोंडून बाहेर पडला -

साधूसंत वाखाणती। धन्य धन्य माता म्हणती॥
तुळशी-पुष्पांचेही हार। नाम गर्जती अपार॥
तेज आले बहु फार। मुख पाहती नारी-नर॥
वाद्ये वाजती झणत्कार। होतो नामाचा गजर॥
मागे पुढे साधुमेळा। काय मौजेचा सोहळा॥
दास दुःखी देहधारी। अंतरी आनंदाच्या लहरी॥

'देहधारी' मुलाला दु:ख झालं आहे, पण संत एका जीवाला - जी आपली माता होती - तिला मिळालेल्या सद्‌गतीने आनंदी आहे...

किती कोवळं मन होतं महाराजाचं!

आईचं उत्तरकार्य आवरून महाराज पुन्हा इंदूरला आले. भैय्यासाहेब मोडकांच्या घरी राहिले. एव्हाना जिजी हे जग सोडून गेल्या होत्या. त्यांचे पती इनामदार आणि मुलगी ताई महाराजांना भेटले. इंदूरमध्येही आपल्या उपदेशांनी आणि ज्यांचा उपदेशावर विश्वास नसे त्यांना चमत्कार दाखवून महाराजांनी आणखी काही आडमुठ्या, साध्या लोकांना नामस्मरणाला लावलं.

नंतर भैय्यासाहेब मोडक यांना घेऊन ते नैमिषारण्यात गेले. तिथल्या योग्यांना भेटून नर्मदातीरी आले. तिथल्या दाट जंगलातून एका गुहेत आले. मोडकांनी विचारलं, ''महाराज, इथे काय आहे?''

''बघू या, चला.'' म्हणून महाराज आत गेले. त्या दोघांना तिथे एक साधू धानस्थ होऊन बसलेला दिसला. त्याची दाढी, जटा वगैरे जमिनीवर लोळत होत्या. महाराज त्याच्यासमोर नुसते उभे राहिले. त्याला नक्कीच काहीतरी जाणवलं असावं. त्यानं डोळे उघडले आणि विचारलं, ''रामावतार झाला का?''

महाराजांनी विचारलं, ''का बरं?''

तो योगी म्हणाला, ''रामदर्शन व्हावं म्हणून मी समाधी लावून बसलो होतो. रामावतार झाला असेल, तर रामाच्या दर्शनाला जाईन.''

महाराज म्हणाले, ''योगिराज, राम आणि कृष्ण दोन्ही अवतार होऊन गेले. आता कलियुग सुरू आहे.''

हे ऐकल्यावर तो तपस्वी योगी फारच निराश झाला.

मग महाराजांनी त्याच्या मस्तकावर हात ठेवून त्याला पूर्णत्व दिलं. कदाचित महाराजांमध्ये त्याला रामाचं दर्शनही घडलं असेल.

हिंदू धर्मशास्त्राप्रमाणे आपण अनंत काळ वेगवेगळ्या देहांमधून फिरतो आहोत. पण आपल्याला काही आठवत नाही. अवतारांना किंवा महान साक्षात्कारी संतांना सारं आठवत असतं. खरं म्हणजे काळ आणि अवकाश यांच्या बंधनात ते

नसतात. महाराजांना माहीतच असेल, की या ठिकाणी या योग्याला आपल्याला मुक्ती द्यायची आहे.

महाराजांचा हात मस्तकावर आल्यावर त्याच्या डोळ्यांतून आनंदाश्रू वाहू लागले. त्यांनी महाराजांना साष्टांग नमस्कार घातला आणि समाधानाने देह सोडला.

हे सगळं बघणाऱ्या भैय्यासाहेब मोडकांनी विचारलं, ''कोण होता तो?''

महाराजांनी सांगितलं, ''राम जन्माला येण्याच्या आधीपासून हा तापसी इथे अनेक वर्षं समाधी लावून बसला होता. देहाचा अंतकाळ आला, की योगसामर्थ्याने तो ती वेळ टाळायचा. हेतू असा, की रामदर्शन घेऊन आपण मुक्त होऊ. रामावतार होऊन गेला तरी हा मात्र इथेच बसला. आज रामरायाने त्याचं कल्याण केलं.''

यातून महाराजांचं श्रेष्ठत्व कळतं. चार युगं मृत्यूला योगसामर्थ्यावर चुकवून रामदर्शनाची आस बाळगणाऱ्या साधूला महाराजांनी एका क्षणात मुक्ती दिली.

असेच एकदा महाराज आणि मोडक उज्जैनीच्या झाडीत, जंगलात शिरले. एका गुहेच्या तोंडाशी महाराजांनी मोडकांना थांबायला सांगितलं. स्वत: आत गेले. तिथे एक योगी त्यांची वाट पाहत होता. त्या योग्याचं महाराजांवर फार प्रेम होतं. त्यांनी महाराजांना विचारलं, ''इथे मला कलीचा वास येतोय.''

महाराज म्हणाले, ''तो कलियुगातला माणूस आहे, पण आपल्यापैकीच आहे.'' त्यांनी मोडकांना आत बोलावलं.

परतताना महाराज म्हणाले, ''देहबुद्धीची माणसं जिथे राहू शकत नाहीत आणि पोहोचू शकत नाहीत, अशी अनेक माणसं पृथ्वीवर साधना करीत बसली आहेत.''

यानंतर नाशिकला जाऊन महाराज पुन्हा गोंदवल्याला आले.

जाताना बरोबर शंभर माणसं आणि आई होती. रेल्वे स्टेशनवर घ्यायला आलेल्या बैलगाड्यांमधून बाकी शंभर माणसं उतरली. फक्त त्यात 'आई' नव्हती.

नको रे जाऊ भक्तराजा

महाराज गोंदवल्याला परतले. १८९६मध्ये पुन्हा दुष्काळ पडला. महाराजांनी पुन्हा दुष्काळी कामं काढून लोकांना अन्न दिलं. तरुणांना कामं दिली आणि वृद्ध लोकांना मंदिरात जप करायला बसवलं. आटपाडीतून आईसाहेब आल्या होत्याच. अंधत्वामुळे स्वतः काही करू शकत नसल्या, तरी सवयीने त्या शक्य तितकी जबाबदारी घेत होत्या.

आईसाहेब आणि महाराजांची तीन अपत्यं होती. दोन मुलगे, एक मुलगी. दोन्ही मुलं लहानपणीच दगावली. मुलगी अतिशय सुरेख, महाराजांप्रमाणे गोरीपान होती. तिला भजनाची विलक्षण आवड. बोलणं मात्र कमी. जवळजवळ नाहीच. महाराज तिला 'शांता' म्हणत. महाराजांच्या हाताचं तीर्थ घेतल्याशिवाय आणि चार घास भरवून घेतल्याशिवाय ती कधी झोपली नाही. निरूपणालाही ती सतत महाराजांजवळ असे. तिचे सर्व खेळ एखाद्या रामभक्ताप्रमाणे असत. तीही कालवश झाली. तिला पोहोचवून आल्यावर महाराज म्हणाले, ''आपल्या पोटी कोण जन्म घेतो, हे सामान्य माणसांना कळणं शक्य नसतच. पण सत्पुरुषांना ते कळतं. काही अधिकारी जीव अगदी लहानशा वासनेमुळे अडकून पडतात. मग ते अध्यात्मदृष्ट्या अतिशय चांगल्या घरात जन्म घेतात. तिथे त्यांची वासना लगेच पूर्ण होते. मग लहानपणीच ते जग सोडतात. त्यांच्या मृत्यूचं दुःख करू नये. वासनेशी झगडणं फार अवघड असतं. ती केव्हा घात करेल, हे सांगता येत नाही. म्हणून सामान्य माणसानं भगवंताला शरण जाऊन त्याच्या नामाचा आधार घ्यावा. नाम आपलं वासनेपासून रक्षण करतं.''

आनंदसागरांकडून महाराजांबद्दल ऐकून त्यांना भेटायच्या ऊर्मीनं विदर्भातले एक गृहस्थ गोंदवल्याला आले. त्यांचं नाव विष्णुपंत कुंभारे! महाराजांचं ज्ञान आणि वैराग्य बघून ते चकित झाले. त्यांनी महाराजांना आपल्याला अनुग्रह देण्याची विनंती केली. महाराज म्हणाले, ''तुम्हाला तर अनुग्रह झाला आहे ना! आता मी कशाला देऊ? मागच्या गुरूंप्रमाणे मलाही विसरून जाल तुम्ही.'' हे शब्द कानांवर पडल्याबरोबर विष्णुबुवांना लहानपणाची आठवण आली. ते अगदी लहान, सातेक वर्षांचे असताना एका सत्पुरुषानं त्यांना गुरुमंत्र दिला होता. शिवाचा मंत्र होता तो. पण हेही सांगितलं होतं की, 'लवकरच तुला माझं विस्मरण होईल. नंतर खूप वर्षांनी ब्रह्मचैतन्य नावाच्या महापुरुषाशी तुझी भेट होईल. तू त्यांच्यापाशी अनुग्रह मागशील, तेव्हा ते तुला माझी आठवण करून देतील. पण तू त्यांनाच गुरू मान. त्यांचं वाक्य वेदवाक्य समज. ते तुझं खात्रीनं कल्याण करतील.' ही कथा ऐकल्यावर महाराजांनी त्यांना अनुग्रह दिला. शिवमंत्रच दिला. मात्र शिव आणि राम यांत भेद मानू नये हेही सांगितले.

१८९७चा एप्रिल महिना! रामनवमीचा उत्सव नुकता संपलेला. अजून बरीच मंडळी गोंदवल्यास होती. अशा वेळी एके दिवशी सकाळी महाराज भजनास उभे राहिले. भजन करताना निरूपणही सुरू होतं. सगळेच श्रोते अत्यंत रंगात आले होते. भक्तीने भिजून गेले होते. महाराज एक अभंग अगदी आवळून म्हणू लागले, ते ऐकल्यावर मात्र श्रोते चमकले!

महाराज म्हणत होते,

त्रेपन्न वर्षं भूमीभार। आता पाहू आपले घर॥
देहमर्यादा सरली। मागे भक्ती करा भली॥
तुम्हा सांगितल्या खुणा। विसरू देऊ नका मना॥
दीनदास आनंदला। राम बोलवितो मला॥

त्यानंतर महाराज म्हणाले, ‘‘आज आता मी नैमिषारण्यात चाललोय. आपण कसं वागावं हे मी आपल्याला सदैव सांगत आलोय. माझ्या मागे आपण नामस्मरणात वेळ घालवावा.’’

हे ऐकून भक्तांच्या मनावर वज्राघात झाला. सगळे त्यांना विनंती करू लागले, ‘‘महाराज असं करू नका. आम्हाला सोडून जाऊ नका.’’

पण महाराज कुणाचंही ऐकण्याच्या मन:स्थितीत नव्हते. कुठलीही पूर्वसूचना न देता असं अचानक कायमचं सोडून जाणं? कसं सहन होणार हे?

आईसाहेबांनी हा धक्का कसा पचवला असेल? त्यांची आबाळ होणार नाही अशी व्यवस्था महाराजांनी कायमचीच केली असेल, कारण महाराज तर कुठल्याही जिवाची आबाळ होऊ न देणारे! ही तर पत्नी! पण वियोग सहन करण्याच्या दु:खाचं काय? महाराजांच्या चरित्रात या माउलीच्या भावनांचा विचार फारसा पुढे येत नाही. पण भारतीय संतांच्या पत्नींबद्दल नेहमीच असं होतं, कारण भारतीय स्त्री याबाबतीत थोडी कणखर असते. वरवर अत्यंत हळवी, कुटुंबात दबलेली वाटली; तरी पती जर चांगला असेल, तिला प्रेम देणारा असेल, तर ती त्याच्या व्यक्तिमत्त्वात विरघळून जाते. मग तो अलौकिक असेल, तर त्याच्याकडून ती क्षुल्लक संसारी प्रेमाच्या अपेक्षा करीत नाही. अगदी तुकारामांच्या जिजाईला लोकांनी फटकळ, संसारात अडकलेली म्हणून चित्रित केलं असलं, तरी तिनं तुकारामांना तर सांभाळलंच, पण त्यांच्या मागे त्यांची गाथा जपली, मुलांवर विठ्ठलभक्तीचे संस्कार केले. म्हणूनच तर नारायणबुवांनी, म्हणजे तुकारामांच्या धाकट्या चिरंजीवांनी वारी न्यायला सुरुवात केली असेल ना...

तुकारामांनी आपल्या पत्नीला केलेल्या उपदेशाचे अभंग फार उच्च दर्जाचे आहेत. त्यावरून तिचीही पात्रता कळून येते.

आईसाहेब आणि महाराज यांचं नातंही असं उच्च दर्जाचंच असणार. त्यामुळे त्यांना धक्का बसला असणार. तरी त्या दुर्लक्षित होत्या, असं कुणी मानू नये. पण उघड उघड हे नातं दाखवण्याची त्या काळी पद्धत नव्हती.

महाराज सर्वांचा आग्रह मोडून टांग्यात बसलेच! टांगा पुढेपुढे जाऊ लागला. मागून महाराजांना अडवत, अश्रू ढाळत सारे भक्तगण चाललेले. जणू रामाचा रथ अयोध्येबाहेर पडतोय आणि वनवासाला जाणाऱ्या रामाला सारे प्रजाजन आर्त साद देत आहेत.

पण हळूहळू टांग्यानं वेग घेतला. भक्तगणांच्या अश्रूंनी धूसर झालेल्या दृष्टीला दूर होत जाणारी ती सद्गुरुमूर्ती दिसत होती.

तेवढ्यात मंदिरात सेवा करणारा एक माणूस शक्य तितक्या वेगानं टांग्यामागे पळत येताना दिसला. हात वर करून तो अत्यंत आकांताने 'थांबा, थांबा' असं ओरडत होता. काहीतरी महत्त्वाचं काम असणार हे लक्षात घेऊन टांगा थांबवला. तो धापा टाकत महाराजांजवळ येऊन म्हणाला, ''महाराज! महाराज! राम, लक्ष्मण आणि सीतामाई यांच्या डोळ्यांतून सतत अश्रुधारा वाहत आहेत.''

महाराज एकदम म्हणाले, ''काय!''

त्यांनी टांगा वळवला. वेगानं हातपाय धुवून सोवळं नेसून ते मंदिरात आले. एका मऊ रुमालानं त्यांनी तिघांचे डोळे पुसले. तरी अश्रुधारा थांबेनात. मग मात्र महाराजांनाही रडू येऊ लागलं. ते रामरायाला म्हणाले, ''मी इथून निघालो, म्हणून तू रडतोस? मी जाऊ नये असं तुला वाटतंय का? तुला दु:खी करून मी जाऊन काय करू? हा बघ मी थांबलो. नाही जात आता. आता तरी तू रडायचा थांब, रामराया!'' एवढे शब्द ऐकले आणि राम, सीता आणि लक्ष्मण यांच्या डोळ्यांतून पाणी येणं बंद झालं.

महाराज गोंदवल्यालाच राहणार हे कळल्यावर जिकडेतिकडे आनंदीआनंद पसरला. महाराजांनी सर्वांना सांगितलं, ''चला. लवकर स्नान करून रामरायाला नैवेद्य करा.'' दुसऱ्या दिवशी त्यांनी मूर्तींना दुधाचा अभिषेक केला. गोड नैवेद्य अर्पण केला. पुष्कळ अन्नदान केलं. तिसऱ्या दिवशी एकादशी म्हणून महाराज स्वत: रात्री भजनास उभे राहिले. सगळं वातावरण राममय झालं होतं. महाराज नाचत नाचत रामरायासमोर गेले, तर त्याच्या डोक्यावरचा तुरा महाराजांच्या अंगावर येऊन पडला. सगळीकडे फक्त आनंद भरून राहिला.

या प्रसंगाचा विचार भक्तीच्या लडिवाळ, हळव्या भावनेनंच केला पाहिजे.

बुद्धीच्या दृष्टीने विचार केला, तर राम सर्वत्र भरून आहे. तो निर्गुण, निराकार या विश्वाच्या कणाकणांत आहे. बरं, महाराजांचा विचार देह सोडण्याचा असला, तरी ते रामरायाशीच एकरूप होणार. मग रामाच्या या मूर्तींना त्यांच्या वियोगाचं दु:ख का व्हावं?

वेदांमध्ये म्हटलंय त्याप्रमाणे, परब्रह्म पूर्वी एकटंच निर्गुण, निराकार होतं. पण एकाकीपणाचा कंटाळा आल्यामुळे ते स्वत:च अनेक रूपांनी व्यक्त झालं आणि

जीव आणि परमात्म्याचा हा द्वैताचा खेळ सुरू झाला. जीवानं परमेश्वराला सगुण रूपात पाहायला सुरुवात केली, मग तो सगुण झाला. त्याच्यावर जीव उत्कट प्रेम करू लागला, भक्ती करू लागला... हे सारं एका सुंदर नात्यात गुंफलं गेलं; जे नातं भक्त आणि देवाचं होतं. एखाद्या भक्ताला माहीत असतं, की तो फक्त मूर्तीत नाही; तरी तो त्याला मूर्तीत पाहून त्याच्यावर उत्कट प्रेम करतो, ही ज्ञानोत्तर भक्ती! या भक्तीनं ईश्वर त्या मूर्तीत येऊन रमतो आणि जेव्हा हा भक्तच हा खेळ थांबवून ईश्वरात विलीन होऊ पाहतो, तेव्हा द्वैतातली गोडी संपल्याचं दु:ख त्यालाही होतं.

महाराज म्हणाले, ''चैतन्य सर्व ठिकाणी भरलेलं आहे. ते कुठेही प्रकट होऊ शकेल. त्याला प्रकट करणं हे आपल्या भावनेवर अवलंबून आहे. ज्याची भावना खरी शुद्ध म्हणजे नि:संशय असते, त्याला दगडाची मूर्तीदेखील देव बनते. भावना मात्र शंभर नंबरी पाहिजे. तिच्यात कसलीही भेसळ उपयोगाची नाही.''

पुण्यात महाराजांची भक्त मंडळी बरीच होती. त्यामुळे ते पुण्यात येत. महाराजांचा आणि लोकमान्य टिळकांचा यामुळेच निकट परिचय होता. महाराज पुण्यात आले, की लोकमान्य न चुकता नारळ वगैरे घेऊन महाराजांच्या भेटीस जात. बऱ्याचदा या दोघांची भेट एकांतात होत असे. महाराज म्हणत, ''हा माणूस अत्यंत नीतिमान, निर्भय, अतिशय नि:स्वार्थी आणि भगवंतावर निष्ठा ठेवणारा आहे. म्हणून मला तो फार आवडतो.''

महाराजांचे परमस्नेही प्रोफेसर जिनसीवाले हे एक महान विद्वान आणि लोकमान्यांचे परमस्नेही होते. दोघे वेदांवर खूप प्रेम करणारे. पण लोकमान्यांच्या मते वेद हे अपौरुषेय आहेत तर प्रो. जिनसीवालेंच्या मते ते पौरुषेय... माणसांनी रचलेले आहेत.

या दोघांचीही मतं ऐकून घेतल्यावर महाराज म्हणाले, ''सामान्य मनुष्य भाषा वापरतो, तेव्हा मनात अर्थ योजून शब्दरचना करतो. ऋषीमुनींचं मन अशा अवस्थेत असतं, की परमात्माच सर्व काही करतो, ही भावना स्पष्ट प्रकट होते. मंत्र ही परमात्माच रचतो ही त्यांची भावना अत्यंत खरी असल्यामुळे त्यांना त्याचा अनुभव येतो. या अवस्थेत मंत्र त्यांच्या तोंडून बाहेर पडत असल्यामुळे ते अपौरुषेयच आहेत.''

संत वेदांबद्दल सश्रद्धच होते. तरीही त्यांनी काळाला अनुसरून पण वेदांचा खरा हेतू साध्य होईल अशी उपासना शिकवली. म्हणून वेदवाङ्मय आणि संतवाङ्मय दोन्ही आज पूजनीय आहेत.

या वादाच्या वेळी पुण्यातले एक नामांकित शास्त्रीबुवा उपस्थित होते. त्यांना महाराजांशी वाद घालायचा होता. लोकमान्यांनीच त्यांना थांबवलं आणि महाराजांच्या संमतीनं वादाचा दिवस ठरवून तेव्हा बोलावलं.

शास्त्रीबुवा खूप लोकांचा कंपू बरोबर घेऊन आले. त्यांचा आणि महाराजांचा संवाद चांगला दोनेक तास चालला. शेवटी शास्त्रीबुवा म्हणाले, " 'राम राम' म्हटल्याने राम कसा मिळेल? 'पैसा पैसा' म्हणत राहून पैसा मिळतो का?"

महाराज हसून म्हणाले, "अहो, भगवंतप्राप्तीचे नियम आणि व्यवहारातली वस्तू प्राप्त करून घेण्याचे नियम यांत फरक आहे. मनामध्ये वासना उत्पन्न झाल्यावर देहाची आणि वस्तूंची हालचाल करणं हा व्यवहार आहे. सूक्ष्म वासना देहाच्या साहाय्याने जड बनणं हा व्यवहार. पण भगवंत अत्यंत सूक्ष्म असून त्याची प्राप्ती करून घेणं म्हणजे जडाकडून सूक्ष्माकडे जाणं. म्हणून भगवंताकडे जाणारं साधन जडाकडून सूक्ष्माकडे जाणारं हवं. जड देहाशी संबंधित आणि सूक्ष्माच्या अति निकट फक्त भगवंताचं नामच आहे. ॐकार आणि नाम एकच आहेत. आपल्या आवडीचं कोणतंही किंवा संतांपासून घेतलेलं नाम घ्यावं."

लोकांना हे मत इतकं पटलं, की खूप जणांनी महाराजांकडून नाम घेतलं.

चरित्रबोध

भक्ताला ईश्वराची जेवढी ओढ असते, तेवढीच ओढ ईश्वराला भक्ताची असते.

श्री क्षेत्र गोंदवले येथील
समाधी मंदिर
आणि
ब्रह्मचैतन्य श्री गोंदवलेकर महाराजांची
पावन समाधी

उत्तरार्ध

शिष्यपरिवार - सूर्याचे तेजस्वी किरण

भाऊसाहेब केतकर

१९०१मध्ये महाराज अनेक भक्तांच्या भेटीसाठी कर्नाटकात गेले होते. गदगजवळ यावंगल नावाच्या गावी शिवदीक्षित नावाच्या एकनिष्ठ भक्तांनी त्यांना राहायला बोलावलं होतं. शिवाय ब्रह्मानंद महाराजही रामनवमीच्या उत्सवासाठी बेलधडीला बोलवत होते. ते स्वतः गदग इथे राहिले होते आणि त्यांच्या ज्ञान, वैराग्य, भक्तीमुळे खूप लोक प्रभावित झाले होते. आता त्या ब्रह्मानंद महाराजांचे गुरुदेव येणार या विचारांनी लोक उल्हासित झाले होते. गदगमधल्या जनार्दनपंत आठवले यांच्या घरी महाराजांची सोय केली होती.

दिवाणखान्यात गादीवर महाराज बसले होते. इतर मंडळी समोर होती. त्यामध्ये भाऊसाहेब केतकर हे मोठे सरकारी अधिकारी तिथे होते. त्यांना बघून महाराज एकदम म्हणाले, ''भाऊसाहेब, तुम्ही इथे कुठे?''

भाऊसाहेबांना कळेना, महाराजांची आणि आपली ओळख तर नाही. इथे दुसरे कुणी त्यांच्या ओळखीचे भाऊसाहेब आहेत का? म्हणून ते इकडेतिकडे बघू लागले. महाराज म्हणाले, ''तुम्हीच... तुम्हीच... तुम्हालाच विचारतोय. तुम्ही इकडे कुठे? अहो, पंचवीस वर्षांपूर्वी आपली भेट झालीये. तुम्ही रोज गीता वाचता. नववा अध्याय वाचणं सुरू आहे ना?''

हे वाक्य ऐकलं आणि भाऊसाहेबांना सगळं आठवलं.

अंदाजे १८७५मध्ये फिरतीच्या नोकरीमुळे भाऊसाहेब गोंदवल्यात मारुतिमंदिरात येऊन उतरले होते. तेव्हा महाराज गावचे कुलकर्णी या नात्यानं त्यांची

जेवणाखाण्याची सोय करून द्यावी यासाठी त्यांना जाऊन भेटले होते. त्यांच्या चांगल्या तासभर गप्पा झाल्या होत्या. दुसऱ्या दिवशी पुन्हा महाराज तिथे गेले. तेव्हा बोलताना महाराजांनी विचारलं, ''देवाचं काय करता?''

भाऊसाहेब म्हणाले, ''गीता वाचतो.''

''नववा अध्याय वाचत चला.''

यानंतर महाराजांनी आग्रहानं भाऊसाहेबांना आपल्या घरी जेवायला बोलावलं. जेवण झालं, विश्रांती झाली. महाराजांनी त्यांना विचारलं, ''आता आपण कुठे जाणार?''

''म्हसवडला.''

''तुमच्या टांग्यात एक जागा आहे का? मीही तुमच्याबरोबर म्हसवडला येतो.'' महाराज म्हणाले. यात 'नाही' म्हणण्यासारखं काही नव्हतंच. पण पुढची गोष्ट अवघड होती. ती महाराजांनी हळूच सांगितली. ''माझी आई समोर दारात उभी आहे. तिची परवानगी तेवढी काढा.''

भाऊसाहेबांना थोडं आश्चर्य वाटलं. तीस वर्षांच्या मुलाला इथल्या इथे म्हसवडला जायला आईची परवानगी लागते? नंतर गीताबाईंनी कडकपणानं दिलेल्या उत्तरानं त्यांना थोडं कळलं. त्या म्हणाल्या, ''गेल्या वेळी हा असा गेला, तेव्हा नऊ वर्षांनी परत आला. या वेळी तुम्ही जबाबदारी घेत असाल, तर पाठवते.''

पण महाराज अगदी गयावया केल्यासारखे म्हणाले, ''नाही नाही... या वेळी नक्की लवकर परत येतो.''

भाऊसाहेबांबरोबर ते म्हसवडला आले आणि 'ओळखीचे लोक आहेत इथे. त्यांच्याकडे उतरतो.' असं म्हणून निघून गेले.

त्यानंतर त्यांची आणि महाराजांची भेट आत्ताच होत होती.

इथून पुढे मात्र त्यांच्या भेटी वाढतच गेल्या. भाऊसाहेबांचा महाराजांशी नक्कीच खूप जन्मांचा ऋणानुबंध असणार. कारण त्यांनी आणि त्यांच्या पत्नीनं ठरवून टाकलं, की इथून निवृत्त झालो, की गोंदवल्याला येऊन राहायचं. भाऊसाहेब सिव्हिल इंजिनीयर होते. सरकारी खात्यात मोठ्या पदावर नोकरीला होते.

निवृत्तीनंतर ते दोघं पती-पत्नी मुलाबाळांसकट गोंदवल्याला येऊन राहिले. महाराज भाऊसाहेबांना म्हणाले, ''आता तुमचा प्रपंच माझा.''

भाऊसाहेब म्हणाले, ''ठीक आहे.'' त्यानंतर आपली येणारी पेन्शन ते जशीच्या

तशी महाराजांच्या हातात ठेवत आणि घरखर्चाला लागणारे पैसे महाराजांकडून मागून घेत. भाऊसाहेबांनी पुन्हा प्रपंचाचा विचारच केला नाही. तो महाराजांवर सोपवून ते फक्त साधना करीत राहिले.

त्यांचे चिरंजीव 'तात्या' हे मुंबईला वैद्यकीय शिक्षण घेत होते. पुढे हे फारसं न जमल्यामुळे ते गोंदवल्याला येऊन राहिले. इथेही ते काही शिक्षण असं घेत नव्हते. त्यामुळे आसपासच्या बायका भाऊसाहेबांच्या पत्नीला म्हणू लागल्या, ''याचं शिक्षण नाही, नोकरी नाही... लग्न कसं होणार?''

कुणी म्हणायचं, ''हातात झोळी घ्यावी लागेल.''

भाऊसाहेबांच्या पत्नी या बोलण्याकडे दुर्लक्ष करायच्या. त्यांचाही महाराजांवर पूर्ण विश्वास होता. पण सारख्याच बायका असं बोलू लागल्यावर त्यांनी हा विषय भाऊसाहेबांपाशी काढला. ते म्हणाले, ''ही महाराजांची जबाबदारी आहे. त्यात मी ढवळाढवळ करणार नाही. तू हवं तर महाराजांनाच जाऊन विचार.''

शेवटी धाडस करून महाराजांपाशी हा विषय भाऊसाहेबांच्या पत्नीनं काढलाच. महाराज म्हणाले, ''तात्याची जबाबदारी मी घेतली आहे. त्याची चिंता त्या बायकांनी करायची गरज नाही.'' तो विषय तिथेच संपला.

नंतर तात्यांना नोकरी मिळाली. पुढे त्यांच्या लग्नाचा विषय निघाला. सांगलीच्या गोखले घराण्यातील मुलगी तात्यांना सांगून आली होती. भाऊसाहेबांची अट एकच - मुलगी महाराजांना पसंत पडली पाहिजे. ती महाराजांना पसंत पडलीसुद्धा. लग्न गोंदवल्याला करायचं ठरलं. लग्नाच्या दिवशी महाराजांनी परीक्षाच पाहिली. गोरज मुहूर्त होता लग्नाचा. महाराज त्या दिवशी दुपारपासून झोपून राहिले. मुहूर्त खूप जवळ आला, पण महाराज काही उठेनात आणि महाराजांशिवाय तर लग्न लागणार नाही. भाऊसाहेबांच्या बाजूला सगळं थंड, निवांत! गोखलेंना मुलीचे वडील म्हणून काळजी वाटू लागली. पण करणार काय? महाराजांबद्दल त्यांना थोडी आस्था होती आणि मुख्य म्हणजे 'तात्या' जावई म्हणून आवडले होते.

संध्याकाळ झाली. महाराज उठले. भाऊसाहेबांना म्हणाले, ''आज आपल्याकडे लग्न आहे आणि तुम्ही कुणी मला उठवलं नाही? चला. आवरा...''

मग लगीनघाई सुरू झाली. तात्या नवरदेवाच्या वेशात सजून बताशावर बसले आणि बताशाचे लगाम धरून साक्षात महाराज चालत होते. लग्न लागलं. गोखलेंच्या वऱ्हाडात एक ज्योतिषी होते. लग्न ज्या वेळी लागलं, त्या वेळेचं पंचांग

त्यांनी पाहिलं आणि गोखलेंना म्हणाले, ''ही अमृतवेळ होती. इतका चांगला मुहूर्त कुणालाच काढता आला नसता.''

यानंतर केतकरांइतकेच गोखलेही महाराजांचे भक्त झाले.

केतकरांनी स्वप्नातही कधी कुठली गोष्ट महाराजांना विचारल्याशिवाय केली नाही. त्यांच्या नात्यात गुरुशिष्याच्या नात्याचा रंग कमी आणि आई-मुलाच्या नात्याचा रंग जास्त होता.

कुठल्याच गुरू-शिष्यांमध्ये घडला नसेल असा एक छोटासाच पण हृद्य प्रसंग या दोघांमध्ये घडला होता. एकदा ब्रह्मानंद महाराजांनी कडबू केले होते. पंगतीत महाराज आणि भाऊसाहेब बसलेले. कडबू वाढत होते ब्रह्मानंद महाराज. काय अवर्णनीय पंगत असेल ती...

तर भाऊसाहेबांचं जेवण बऱ्यापैकी झालं होतं. शिवाय ते गोडाचं! त्यामुळे साठीच्या वयातल्या भाऊसाहेबांच्या मानाने ते थोडं जास्तच झालं होतं. तेवढ्यात ब्रह्मानंद महाराजांनी आग्रहाचे आणखी दोन कडबू त्यांना वाढले. ते खाणं भाऊसाहेबांना अगदी कठीण झालं होतं. पण शेजारी महाराज बसलेले. त्यांच्यासमोर पानात अन्न टाकायचं कसं? त्यांना पेच पडला. तेवढ्यात महाराज भाऊसाहेबांच्या कानात कुजबुजले, ''ते कडबू हळूच माझ्या पानात सरकवा. मला उष्टं चालतं.'' मुलानं आईकडे अशा प्रसंगी हायसं वाटून बघावं तसं भाऊसाहेबांनी महाराजांकडे पाहिलं आणि कडबू त्यांच्या पानात सरकवले. ना महाराजांना गैर वाटलं, ना भाऊसाहेबांना... अत्यंत अकृत्रिम स्नेह होता त्यांचा.

महाराजही भाऊसाहेबांशी तितकंच मोकळेपणानं बोलत. एकदा रात्री दहा वाजता एक छोट्या बाळाची आई महाराजांकडे येऊन म्हणाली, ''महाराज बाळाला दूध हवंय. माझ्याकडचं दूध संपलंय.''

क्षणभर महाराज म्हणाले, ''अशी कशी गं तू आई? आधी नाही का सोय करून ठेवायची? आता इतक्या रात्री कुठून आणू मी दूध?'' तरी हा क्षणभराचाच त्रागा होता. ते उठले. मशाल तयार करून गवळ्याकडे जाऊन दूध आणलं आणि बाळाच्या आईला दिलं. पासष्टीचं वय! भाऊसाहेबांशेजारी बसता बसता म्हणाले, ''भाऊसाहेब, दमलो बुवा. हे लोक माझी सेवा करायला म्हणून येतात. प्रत्यक्षात मलाच त्यांची सेवा करावी लागते.''

हे अंतरंगातलं गुह्य महाराज त्यांच्यापाशी मोकळेपणाने बोलत.

एकदा भाऊसाहेब मंदिरात पोथी वाचत होते. एकनाथी भागवत वाचत होते आणि बरीच मंडळी ऐकत होती. वाचता वाचता एक वाक्य आलं, ''गुरूचे ऐकावे.'' भाऊसाहेब महाराज म्हणाले, ''आजची पोथी पुरे. इथेच थांबू.'' अचानक अशी पोथी बंद केल्याचं सगळ्यांना आश्चर्य वाटलं. बोलता बोलता हे गोष्ट महाराजांच्या कानावर गेली. महाराज म्हणाले, ''बरोबर आहे. 'गुरूचे ऐकावे' या दोन शब्दांत सर्व साधनांचं सार आहे.''

'अखंड नाम घ्यावं' हा महाराजांच्या संपूर्ण उपदेशाचा सारांश असेल, तर 'गुरूचे ऐकावे' हा भाऊसाहेबांच्या जीवनाचा सारांश मानावा लागेल.

महाराजांनंतर बारा वर्षं ते गोंदवल्याला राहिले. नंतर मात्र मालाडला आपले चिरंजीव तात्या यांच्याजवळ गेले. त्यांच्या पत्नीमागे ते सात वर्षं जगले. शेवटी वृद्धत्व, व्याधी, थकवा यांनी ते अगदी हैराण झाले होते. अशा वेळी ते महाराजांना विनवत, ''आता पुरे हे आयुष्य.'' तेव्हा महाराज वाणीरूपाने बोलत असत. ते कसे हे पुढे आपण पाहूच. त्या वाणीअवतारातील महाराज म्हणत, ''भाऊसाहेब, तुम्ही समाधानी आहात ना?''

ते म्हणत, ''हो. पूर्ण समाधानी आहे.''

''देहाच्या या अशा अवस्थेतही समाधानी राहता येतं, हे लोकांना दाखवण्यासाठीच तुम्हाला ठेवलं आहे.'' काही काळानंतर ते म्हणाले, ''आता थोडे दिवस राहिले. तेवढं प्रारब्धाचं दु:ख सोसा. मागे काही ठेवू नका. म्हणजे पुन्हा जन्माला येणं नाही.'' वयाच्या ब्याण्णवव्या वर्षी भाऊसाहेबांनी देह सोडला.

रामानंदस्वामी उर्फ पांडुरंगबुवा

महाराजांच्या महत्त्वाच्या शिष्यांपैकी हे एक होते. विदर्भातल्या चांदकी या गावी १८८६मध्ये त्यांचा जन्म झाला. वडील लहानपणीच वारले. मग मामानंच यांना सांभाळलं. शिक्षण पूर्ण झालं. पण त्यानंतर ते काशीला गेले. तिथे त्यांनी एक अनुष्ठान ठेवलं. ते पूर्ण झाल्यावर त्यांना दृष्टान्त झाला आणि सांगितलं गेलं, की तू गोदातीरी जा. तिथे तुला सद्गुरू भेटतील. हे ऐकून ते मंगळूरला गेले. तिथे एक रामदासी मठ आहे. तिथल्या मठाधिपतींनी त्यांना रामदासी दीक्षा दिली. त्याच वेळी त्यांचं नाव रामानंद स्वामी असं ठेवलं. त्यांना सांगितलं आता तू जालन्याला आनंदसागरांकडे जा. ते तिथे गेले. आनंदसागर सगळ्या शिष्यांना गोंदवल्यालाच पाठवत. तसंच

त्यांनी यांनाही पाठवलं. महाराजांनी त्यांचं खूप प्रेमानं स्वागत केलं. पाठीवरून आपला वात्सल्यपूर्ण हात फिरवला. अनुग्रह दिला. आणि मग त्यांना महाराजांनी तपश्चर्येला आणि तीर्थयात्रेला पाठवलं. ती यात्रा सोपी नव्हती. महाराजांनी सांगितलं होतं, 'एका वस्त्रानिशी तीर्थयात्रेला जायचं. जवळ भांडं वगैरेही ठेवायचं नाही. रोज भिक्षा मागायची. रामाला नैवेद्य दाखवायचा आणि मग खायचं. मौन धारण करून जप करायचा.' ही कठोर तीर्थयात्रा त्यांनी व्यवस्थित पूर्ण केली. मग मात्र महाराजांनी त्यांना 'दीक्षा' देण्याचा अधिकार दिला. आनंदसागर यांच्या मुलीशीच त्यांचा विवाह महाराजांनी लावून दिला आणि त्यांचा प्रपंच सुरू झाला. महाराजांनी त्यांना गंडकी शिळेवर कोरलेलं रामपंचायतन दिलं आणि त्यांच्या उपासनेला अधिष्ठान प्राप्त झालं. विदर्भातच त्यांनी भरपूर कार्य केलं. रामनामाचा प्रसारही केला. १९३०मध्ये त्यांनी स्वत:च्या इच्छेने गोंदवल्यातच प्राण सोडला.

प्रा. केशव विष्णू उर्फ बाबा बेलसरे

बाबा बेलसरेंचं नाव माहीत नाही असा संतविचारांचा श्रोताच नसेल. गोंदवलेकर महाराजांचं चरित्र आपल्याला माहीत आहे, ते त्यांच्यामुळेच. याखेरीज त्यांनी दासबोधाचं अतिशय सुंदर संपादन केलंय. त्यांची जवळजवळ पन्नासेक पुस्तकं प्रकाशित आहेत.

महाराजांनी त्यांना ज्ञानेश्वरी आणि तुकाराम गाथेचाही अभ्यास करायला सांगितलं होतं. तत्त्वज्ञान हा त्यांचा आवडीचा विषय. मुंबईला सिद्धार्थ कॉलेजमध्ये ते तत्त्वज्ञानाचे प्राध्यापक म्हणूनच काम करत होते. ते शिकत असताना तात्यासाहेब केतकर यांच्याशी त्यांची भेट झाली. तेव्हा तात्यांच्या शरीरात महाराजांचा आवेश येई. त्यांनी विलक्षण प्रेमानं बाबांचं स्वागत केलं. दरवर्षी महाराजांच्या समाधी उत्सवात त्यांचं प्रवचन होई. ती प्रवचनसेवा ते कधीही चुकवत नसत. शेवटी शेवटी ते इतके थकले होते, की ते त्यांच्या खोलीत पलंगावर आडवे पडून बोलत. पण बोलताना आवाज इतका खणखणीत येई, की महाराजांची त्यांच्यावरची कृपा श्रोत्यांना जाणवत असे. बाबा म्हणत, ''त्या वर्षी मी जेव्हा व्हीलचेअरवरून महाराजांच्या दर्शनाला गेलो, तेव्हा समाधीतून एक निळा प्रकाश माझ्या शरीरात गेला...'' अशी गुरूकृपा लाभलेले महाराजांचे हे थोर शिष्य होते.

डॉ. कुर्तकोटी

कर्नाटकातल्या धारवाड जिल्ह्यात कुर्तकोटी हे छोटंसं गाव आहे. या गावी १८७९मध्ये कुर्तकोटी यांचा जन्म झाला. त्यांचं नाव होते लिंगनगौडा. त्यांचे वडील गावचे पाटील होते. अत्यंत कुशाग्र बुद्धीच्या लिंगनगौडानं मॅट्रिकची परीक्षा चमकदार गुणांनी पास केली. पण अध्ययनाची, ज्ञानाची त्यांची तहान खूप होती. पुढचं शिक्षण घेत असताना त्यांच्यावर विवेकानंदांचा प्रभाव पडला. आपणही तसं काहीतरी करावं असं त्यांना वाटू लागलं. वेदान्त आणि संस्कृतच्या अध्यपनासाठी ते शृंगेरी, कोलकता, काशी या ठिकाणी गेले. काशीमध्ये 'विद्याभूषण' ही पदवी त्यांना मिळाली. संस्कृतचे, वेदान्ताचे अलौकिक ज्ञान त्यांना होते. भगवद्गीतेचा त्यांचा अभ्यास खूप सखोल आणि विलक्षण होता.

बेलधडीला त्यांची भेट ब्रह्मानंद महाराजांशी झाली. तिथेच त्यांना श्री गोंदवलेकर महाराजांचं प्रथम दर्शन घडलं. महाराजांनी त्यांची कडक परीक्षा घेतली, ज्यात ते उत्तीर्ण झाले.

खरं म्हणजे कुर्तकोटी इतके मोठे विद्वान होते, की त्यांच्या 'द हार्ट ऑफ भगवद्गीता' या प्रबंधासाठी त्यांना वॉशिंग्टनमधल्या विद्यापीठानं डॉक्टरेट दिली होती. वेदान्तातली गहन तत्त्वं ते सहज उकलीत.

पण ते श्रीमहाराजांबद्दल बोलताना म्हणत, ''शंकराचार्यांना काय म्हणायचंय हे मला महाराजांकडून कळलं.''

लहानपणी वेदांच्या, वेदान्ताच्या अभ्यासात वेळ कोण घालवणार? माझ्याकडे इतका वेळ नाही असं म्हणून महाराज नामसाधनेच्या मार्गाकडे वळले, पण कुर्तकोटींना हे कळून चुकलं होतं, की महाराज जे सांगतात, तो सगळा वेदान्तच आहे. शंकराचार्य जे सांगतात, वेदान्तात जे आहे, तेच सगळं महाराज सहज, सोप्या मराठीत सांगतात.

सुरुवातीला त्यांना वाटे, की दिवसभर भेटायला येणाऱ्या लोकांशी महाराज काय या प्रापंचिक गप्पा मारत बसतात; पण रात्री अंथरुणावर पडल्यावर एकेक वाक्य आठवलं, की त्यांना लक्षात यायचं, की त्या प्रत्येक साध्या वाक्यात वेदान्त काठोकाठ भरलाय.

त्यांना कुणीतरी विचारलं, ''महाराजांचं बोलणं भक्तिपर होतं की वेदान्तपर?''

यावर ते म्हणाले होते, ''वरवर भक्तिपर वाटलं, तरी त्या बोलण्यात आतून

सर्व ज्ञानच होतं.''

त्यांचं म्हणणं होतं, ''महाराज जे बोलले; त्यातलं पाच टक्केसुद्धा लोकांना कळलेलं नाही.''

हा महान ज्ञानी माणूस नामात अत्यंत रंगलेला होता. त्यांच्या कन्या एकदा त्यांच्या पाठीला तेल लावत होत्या, तेव्हा त्यांच्या मेरुदंडातून 'श्रीराम जय राम जय जय राम' हा त्रयोदशाक्षरी मंत्र ऐकू येत होता. ते म्हणत, ''ही महाराजांनी माझ्यावर केलेली कृपा आहे.''

आपल्या मागे गोंदवल्याची व्यवस्था डॉ. कुर्तकोटींनी पाहावी अशी महाराजांची इच्छा होती. पण कुर्तकोटींना ते काम आपल्या आवाक्याबाहेरचं वाटून त्यांनी नम्रपणे याला नकार दिला.

कुर्तकोटी भागवत (संस्कृत) उत्तम सांगत. महाराज त्यांना 'पंडित महाभागवत' म्हणत. पण एका श्लोकाच्या अभिप्रायाबद्दल कुर्तकोटी साशंक होते. एकदा भागवत सांगताना नेमका तो श्लोक आला. त्या वेळी त्यांनी कशीतरी वेळ मारून नेली. पण ते स्वत:च समाधानी नव्हते. महाराज भागवत ऐकायला होतेच. त्यांनी कुर्तकोटींची मोठ्या प्रेमानं तारीफ केली. भरभरून कौतुक केलं. मग अगदी नम्रतेनं म्हणाले, ''या श्लोकाचा अर्थ जरा असा सांगितला, तर कसं वाटेल बरं?'' हा तोच श्लोक होता, जिथे त्यांना अडचण येत होती. महाराजांनी सांगितलेला अर्थ त्यांना एकदम पटला. त्यांनी महाराजांना मनोमन शतश: प्रणाम केले.

पुढे ते करवीर आणि संकेश्वर पीठाचे शंकराचार्य झाले. हिंदू धर्म आणि संस्कृत भाषेच्या प्रसारासाठी त्यांनी खूप काम केलं. महाराजांच्या महासमाधीनंतर आपल्याकडील महाराजांच्या पादुका, ज्याला महाराजांचा स्पर्श झाला आहे; त्या त्यांनी समाधीमांदिरात स्थापनेसाठी दिल्या.

१९६७मध्ये त्यांचे देहावसान झाले.

चरित्रबोध

सद्गुरू आपल्या शिष्यांच्या रूपाने जीवित असतात आणि इतरांना प्रेरणा देण्याचे काम चालू ठेवतात.

व्यक्तिमत्त्वाचे विविध पैलू

महाराजांनी दुष्काळात केलेलं कार्य बघून औंधच्या राजांची त्यांच्यावर भक्ती दृढ झाली होती. पुढे ते राजे मरण पावले. सगळ्या राजपरिवारात होतात तशी सत्तेवरून भांडणं सुरू झाली. एकमेकांवर विषप्रयोग करणं, दागिने आणि कागदपत्रं लांबवणं, खोटं बोलणं, मारेकरी घालणं ही पापं सर्रास होऊ लागली. यात एक राजघराण्यातली स्त्री महाराजांकडे येई. ती पांगळी होती म्हणून दोन माणसं तिला खुर्चीत बसवून उचलून आणत. एकदा महाराजांसमोर ती रडू लागली आणि म्हणाली, ''माझ्याकडून फार पापं घडली आहेत. भगवंताचं नाम घेण्याचा प्रयत्न मी करू लागले, की ती सगळी पापं डोळ्यांसमोर येतात आणि मला नाम घेताच येत नाही.''

महाराज म्हणाले, ''तुम्हाला खराखुरा पश्चात्ताप झाला आहे का? इथून पुढे वाटेल तसा प्रसंग आला, तरी तुम्ही पाप करणार नाही अशी खात्री द्याल मला?''

त्या स्त्रीनं ते कबूल केलं. ''मी पुन्हा कधीही पाप करणार नाही.''

मग महाराज म्हणाले, ''ठीक आहे. तुमची आजपर्यंतची सगळी पापं मी घेतो.'' तसं त्यांनी तिच्याकडून आपल्या हातावर उदक सोडून घेत म्हटलं.

बघता बघता महाराजांचं अंग काळंठिक्कर पडलं. पाप ही आगच असते. अर्थात काही दिवसांतच अखंड रामनामाच्या प्रभावाने महाराजांचा रंग पुन्हा पहिल्यासारखा गोरापान झाला.

या दरम्यान औंधच्या संस्थानात मुंबई सरकारनं प्रशासक नेमला होता. त्याचं नाव जेकब. ही संस्थानची स्त्री महाराजांच्या सल्ल्यानुसार वागते हे त्याला

आवडत नसे. त्याचा द्वेष इतका वाढला, की महाराजांवर विषप्रयोग करायचा असं त्यानं ठरवलं. त्यासाठी त्याने तीन वेळा तीन माणसं पाठवली. पण महाराजांनी गोड बोलून त्यांना असं वश केलं, की विषप्रयोग करण्याची त्यांची हिंमतच झाली नाही.

जेकबचा चौथा माणूस मात्र निर्ढावलेला होता. त्याच्याशीही महाराज गोड बोलत. सन्मानानेच वागत. लोकांना तो माणूस का आला आहे, याची थोडी कुणकुण लागली होतीच, पण पक्की खात्री नसल्याने आरोप करता येत नव्हता.

एके दिवशी त्याने आपल्याकडे महाराजांना जेवायला बोलावलं. त्यांच्याबरोबर भाऊसाहेब केतकर, आप्पासाहेब भडगावकर यांनाही बोलावलं. शिवाय रामाला नैवेद्य पाठवला. महाराजांनी बजावून सांगितलं, की तो नैवेद्य जमिनीत अगदी खाली पुरून टाकायचा. चुकून एखाद्या कुत्र्या-मांजराच्याही तोंडी तो लागायला नको.

भाऊसाहेब आप्पासाहेबांना म्हणाले, ''माझ्याबरोबर कुणीही यायचं नाही. मी एकटाच जेवून येईन.'' त्यावर आप्पासाहेब म्हणाले, ''मग तुम्ही तरी का जाता? नका जाऊ.''

महाराजांच्या चेहऱ्यावर क्षणात करुणा पसरली. ते म्हणाले, ''त्याला वाईट वाटेल ना मी नाही गेलो तर...'' कुणाचंही मन दुखवायचं नाही याची इतकी पराकाष्ठा?

तासाभराने ते मंदिरात आले. त्यांच्या कंठाला जिवघेणा शोष पडला होता. भयंकर आग होत होती पोटात! तोंडाने ते 'हा...हा...' करीत होते. ओंजळभर वेलदोडे खाल्ले. सतत पाणी मागत राहिले. सगळे शिष्य दीनवाणेपणानं महाराजांकडे बघत होते. महाराजांच्या वेदना वाटून घेण्याची ताकद कुणाकडे होती?

ज्या माणसाने हे कृत्य केलं, त्यानं हे बघितले आणि तो खूश झाला. काम फत्ते झालं हे सांगायला औंधला निघून गेला. त्याला बिचाऱ्याला काय माहीत, महाराजांकडे अमृत होतं ते!

समुद्रमंथनातून बाहेर पडलेलं हलाहल प्यायल्यानंतर शंकरांच्या कंठाची आग कशानंच थांबली नाही, ती रामनामानं थांबली. ते रामनाम शरीराच्या अणुरेणूंत मुरलेलं असताना महाराजांच्या शरीराला विष काय करू शकणार?

संध्याकाळी महाराजांना बरं वाटू लागलं. रात्री महाराजांनी सर्वांबरोबर त्या माणसालाही फराळाला बोलावलं, तेव्हा तो दुपारीच निघून गेल्याचं कळलं.

महाराज म्हणाले, ''अरेरे! हाती आलेला मोठा लाभ त्यानं घालवला.'' यानंतर महाराजांना दमा मात्र सुरू झाला. तो अखेरपर्यंत राहिला.

वैदिक लोक मात्र महाराजांशी सदैव वाद घालीत. महाराजांना 'वाद' आवडत नसे. ते म्हणत आपला 'संवाद' होऊ दे. नामाच्या महतीसाठी एकदा महाराजांनी संतांचा दाखला दिला, तेव्हा सगळे पुरोहित म्हणाले, ''आम्ही संत वगैरे मानत नाही. संताच्या विधानाला श्रुतिप्रमाण आहे का, ते सांगा.''

महाराज म्हणाले, ''संत ज्ञानेश्वर महाराज, एकनाथ महाराज, तुकाराम महाराज, श्री समर्थ रामदास महाराज हे वेदबाह्य कसं बोलतील? तरी तुम्हाला प्रमाण हवं असेल, तर अथर्ववेदांमधलं कलिसंतरणोपनिषद वाचा.'' असं म्हणून महाराजांनी त्यातले श्लोक वाचून दाखवले आणि नामस्मरण ही शास्त्रसंमत उपासना आहे हे सिद्ध केलं.

महाराज वैदिक परंपरा टिकवण्याचा खूप प्रयत्न करीत. गुरुवारी आणि शनिवारी रुद्राभिषेक, पवमान अभिषेक मंदिरात होईल अशी व्यवस्था त्यांनी केली होती. पण या सर्वांचं फळ फक्त आणि फक्त नामानं मिळतं, यावर त्यांचा विश्वास अत्यंत दृढ होता.

एकदा वाईच्या शास्त्री मंडळींनी एक कीर्तनकाराला तयार केलं आणि गोंदवल्याला पाठवलं. बरोबर सौभाग्यवतीही होती. ते आले तेव्हा महाराज मंदिरात होते. त्याने महाराजांना तर नाहीच, पण रामालाही नमस्कार केला नाही आणि मोठ्या आढ्यतेनं म्हणाला, ''साधुबुवा, आम्ही इथे कीर्तन करण्यासाठी आलो आहोत.'' महाराज त्यांच्या स्वभावानुसार उठले. त्यांनी बुवांचं प्रेमानं स्वागत केलं. उतरण्याची व्यवस्था केली. दुसऱ्या दिवशी तो रामासमोर कीर्तनासाठी उभा राहिला. त्यानं अभंग घेतला होता 'ऐसे संत झाले कळी। तोंडी तमाखूची नळी'. हा तुकाराम महाराजांचा अभंग आहे. कलियुगात कसे भ्रष्ट संत असतात याचं वर्णन

करणारा हा अभंग भोळ्या भाविकांनी भोंदू साधू-संन्याशांना पाहून फसू नये म्हणून लिहिलाय. त्याच तुकाराम महाराजांनी खऱ्या साधू-संतांची केलेली स्तुती त्याने मुद्दामच दुर्लक्षिली होती. हळूहळू त्यानं उघडपणेच नाव घेऊन महाराजांची यथेच्छ निंदा सुरू केली. सगळ्या भक्तांमध्ये चुळबुळ सुरू झाली. पण महाराजांनी त्यांना खुणेनं शांत केलं आणि डोळे मिटून बसले. संपूर्ण कीर्तन सुरू असेपर्यंत महाराजांचे डोळे मिटलेलेच! कीर्तन संपल्यावर महाराजांनी त्याची तोंड भरून स्तुती केली. तो म्हणाला, ''पण तुम्ही तर कीर्तन ऐकलंच नाहीत. तुम्ही झोपला होतात. तुम्हाला काय कळलं त्यातलं?''

''असं कसं... मी बघा तुमच्या कीर्तनाची टिपणं काढलीत.'' म्हणून महाराजांनी त्यांना पाठपोट लिहिलेले दोन कागद दाखवले. एखाद्या शहाण्या माणसाला यावरूनच महाराजांची योग्यता कळली असती. पण एकदा अहंकाराची पट्टी डोळ्यावर बांधली, की स्वत:शिवाय कुणाचीच योग्यता दिसत नाही. तसं त्याचं झालं होतं. तो म्हणाला, ''नुसतं लिहून काय चाटायचंय! तुमचा भोंदूपणा दाखवून इतक्या लोकांना नादाला लावून का बुडवता?''

हे ऐकल्यावर मात्र महाराजांनी अंगातली कफनी वगैरे काढली आणि बुवांचा हात धरून म्हणाले, ''तुम्ही खरेच छान उपदेश केलात मला. त्यामुळे माझ्या मनात आज वैराग्य निर्माण झालं. मी आता हे सगळं सोडून हिमालयात जातो. पण तुम्ही मार्गदर्शक! तुम्ही माझ्याबरोबर आलं पाहिजे.''

असं म्हणून त्याला ओढतच दारात आणलं.

''हे एवढ्या लोकांसमक्ष मी सांगतो, मी कुणालाही एका पैशानंही लुबाडलं नाही. तरी बुवा तुमचा उपदेश खरा आहे. मी तुम्हाला हिमालयात नेणारच. अगदी आत्ता इथे मी सगळं सोडलं. तुम्हीही सोडा.'' कडक ऊन पडलं होतं. पाय आगीवर ठेवल्यासारखे भाजायला लागले, तेव्हा तो बुवा ओरडू लागला. थयथय नाचू लागला. महाराजांचे पाय त्याच गरम मातीवर होते, पण त्यांना त्याचं काही नव्हतं. इतक्यात भाऊसाहेब पुढे येऊन म्हणाले, ''जेवायची सर्व तयारी झाली आहे.'' महाराज हलकेच भाऊसाहेबांच्या कानात म्हणाले, ''तुम्ही पानांची तयारी करा. याला घेऊन आलोच.''

महाराजांनी ''चला. सगळं सोडा आणि हिमालयात चला.'' म्हणून बुवांना ओढायलाच सुरुवात केली. तसल्या तापल्या जमिनीवरून महाराजांना विरोध

करत बुवांना चालणं जमेना. शेवटी त्याने रस्त्यातच बसकण मारली. मग काय, तापल्या जमिनीची आग आणि आत्ता या क्षणी सगळं सोडायचं याची भीती... बुवाचं धोतरच ओलं झालं. आपल्या पतीची ही अवस्था बघून त्याची बायको रडू लागली. कुणीतरी सांगितल्यावरून तिनं महाराजांचे पाय धरले. बुवाही महाराजांना शरण आला. मग मात्र महाराजांनी त्याला पोटाशी धरलं. प्रेमानं हात धरून मंदिरात आणलं. मग काय! महाराजांनी त्याला शेजारी बसवले. जेवायला चांदीचे ताट दिले. प्रेमळ आग्रह केला. दोन दिवस राहून, एक उत्तम कीर्तन करून बुवा आनंदाने, महाराजांचे गुण गात परत गेला.

बऱ्याच वेळा काय होतं, की ज्ञानाच्या मोठ्या मोठ्या गप्पा मारल्या जातात, पण त्या शब्दज्ञानात अडकून ईश्वराकडचं लक्ष कमी होतं. माणूस कर्मकांडात, शब्दांचा कीस काढण्यातच अडकतो. म्हणून संतांनी आणि खुद्द महाराजांनीही नामस्मरणावर भर दिला. एरवी एवढ्या देदीप्यमान वैदिक परंपरेला सगळेच संत मानतात. महाराजही परंपरेचा मान राखत. मंदिरात मंत्रपुष्पं म्हणणाऱ्यांमध्ये ऋग्वेदी आणि यजुर्वेदी दोन्ही शाखांचे भक्त असत. महाराज स्वतः यजुर्वेदी असल्याने त्या शाखेची मंडळी घाईघाई करून आधी मंत्र म्हणत. त्यामुळे ऋग्वेदींना राग येई. महाराजांच्या मंदिरात महाराजांच्या यजुर्वेदाला जास्त मान हवा, असं एका गटाचं म्हणणं, तर दुसरा गट म्हणे ऋग्वेद हा आद्यवेद आहे. त्याच्यापासून इतर वेद निर्माण झाले, म्हणून ऋग्वेदाला प्रथम स्थान हवं. हा वाद महाराजांपर्यंत गेला.

महाराज म्हणाले, ''ऋग्वेद हा सर्व वेदांमध्ये थोर आहे, कारण तो प्रथम निर्माण झाला. म्हणून आधी त्यातले मंत्र म्हणावेत. नंतर इतर वेदांमधले मंत्र. नाम घेणाऱ्यांनी शास्त्राविरुद्ध जाऊ नये. पण आपलं लक्ष भगवंताकडे असलं, तर असले क्षुल्लक वाद घालायला वेळच मिळणार नाही.''

महाराजांना अणिमादि सर्व सिद्धी प्राप्त होत्या. कधीकधी मुलं त्यांच्याबरोबर खेळताना त्यांना बालहट्टाने पालखी करून मंदिरात नेत. मुलं म्हणत, ''हलके व्हा ना तुम्ही...'' की महाराज फुलासारखे हलके होत. मोठ्या माणसांसाठी ते नेहमीच्या वजनाचे होते.

एके दिवशी महाराज नदीकडून मंदिरात येत होते. येताना त्यांनी पाहिलं, तिथे मुले चक्रदंड काढीत होती. महाराज लगेच पुढे झाले आणि त्यांना सांगितले, ''बाळांनो, चक्रदंड असा काढायचा असतो बघा.'' त्यांनी भराभर चक्रदंड काढले.'' तुम्ही नियमानं दंड-बैठका काढाल, तर रोज मी पावशेर दूध देईन तुम्हाला.''

बरोबर असणाऱ्या माणसांना सहज म्हणाले, ''हे पोट तेवढं वाढलंय... वाढू दे बापडं!''

सगळे जण हसायला लागले. मग सहज महाराज म्हणाले, ''बहुतेक संतांची पोटं मोठी असतात, बरं का! ते लोकांची विषयबुद्धी गिळतात आणि आपली निष्ठा टिकवतात. सोपं नाही हे! ज्याला हे जमतं, त्यानेच लोकांना उपदेश करावा. मुख्य म्हणजे गुरूच्या आज्ञेबाहेर जाऊ नये. ते सांभाळून नेतात. उगाच कुणीही या भानगडीत पडू नये.''

महाराजांनी व्यवहार आणि परमार्थाची सांगड कशी घालायची हे सतत सांगितलं. ते म्हणत, ''प्रापंचिकांनी कुणी काही मागितल्यास त्याला 'नाही' म्हणू नये. अन्न असेल तर भरपूर द्यावे. कुणी पैसा मागत असेल, तर त्याचा हेतू पाहून, चरित्र पाहून, स्वतःची कुवत बघून मागितलेल्या रक्कमेपेक्षा थोडा कमी द्यावा. पण पूर्ण नाही म्हणू नये.''

महाराजांच्या छातीला, मनगटाला पोटरीला कुठेही कान लावला, तर त्यातून रामनाम ऐकू येई. त्यांचे एक भक्त शिवदीक्षित यांनी त्यांना विचारलं, ''हा ध्वनी असा अखंड चालू असतो का?'' महाराज म्हणाले, ''होय. दासबोधात अजपाजप असा

उल्लेख आहे तो हाच. अनेक वर्षं आपण नाम घेत असलो, की आपल्याला नाम घेण्याची हळूहळू गरज पडत नाही.''

विषय आवडता असल्याने महाराज बोलत राहिले.

''नामस्मरणाचा अभ्यास म्हटलं तर सोपा आहे. त्याला काळ, वेळ, स्थळ, देहाची अवस्था अशी बंधनं नाहीत. पण नामाला स्वतःची अशी चव नाही. भगवंताचं प्रेम त्यात मिसळलं, की त्याला चव येते. ती आपण आणायची असते. नामाची चटक लागली पाहिजे. प्रत्येकाला नामाची चटक लागावी म्हणून मी सारखा प्रयत्न करतोय. कुणीतरी त्याचा अनुभव घ्या...''

एखादा पौष्टिक, मधुर पदार्थ मुलानं खावा म्हणून आई जशी तळमळत असते, तसे महाराज लोकांनी नामाची गोडी चाखावी म्हणून तळमळत होते.

चरित्रबोध

केवळ शब्दज्ञान आणि कर्मकांड यांपेक्षा नामस्मरण महत्त्वाचे आहे.

ज्ञानोत्तर भावसंपन्नता

वर्ष १९०९. महाराष्ट्रात प्लेगनं अगदी धुमाकूळ घातला होता. घरातल्या एका माणसाला पोहोचवून आलं, की दुसऱ्यासाठी तिरडी तयार करायला लागायची अशी अवस्था होती.

गोंदवल्यात अजून प्लेगची लागण झाली नव्हती. पण एका संध्याकाळी महाराजांना खूपच जास्त ताप आला. गळ्याच्या दोन्ही बाजूंना मोठ्याल्या गाठी येऊन गळा सुजला आणि दुखायला लागला. महाराजांनी गळ्याभोवती गळपट्टा गुंडाळून घेतला. अंगावर दुलई घेतली आणि ते खोलीत पडून राहिले. मंदिरात सप्ताह सुरू असल्यामुळे माणसांची ये-जा, गप्पा-गोष्टी, खाणं-पिणं सुरूच होतं. पण प्लेगसारखं दुखणं काही लपून राहत नाही. दहिवडीच्या मामलेदारापर्यंत महाराजांना प्लेग झाल्याची बातमी पोहोचली.

प्लेग हा उंदरांद्वारे पसरत जाणारा अत्यंत संसर्गजन्य रोग होता. त्यामुळे गावात एकाला जरी प्लेगची लागण झाली, तरी सगळं गाव रिकामं करावं लागायचं आणि सर्व मोकळ्या माळावर येऊन राहायचे. त्यामुळे सरकारचे प्रतिनिधी अशा घरांत जाऊन लोकांना बाहेर काढायचे. या काळात लोकांना घरातून बाहेर काढताना ब्रिटिश अधिकारी आणि पोलीस कर्मचाऱ्यांचा अमानुषपणाही अनुभवला. पण दहिवडीचा हा मामलेदार जवळचा. महाराजांना ओळखणारा. त्यामुळे फक्त आपलं कर्तव्य केलं पाहिजे आणि ते लोकांच्या आरोग्याशी संबंधित आहे म्हणून तो महाराजांकडे आला. नमस्कार झाला, थोडं इकडचं तिकडचं बोलणं झालं. मग तो म्हणाला, ''महाराज, असं कानावर आलंय, की आपल्याला प्लेग झालाय. हे

खरं असेल, तर आपल्याला गाव रिकामं करावं लागेल.''

महाराज म्हणाले, ''अरे! हे कुणी सांगितलं बरं तुम्हाला? बघा बरं, मला ताप आहे का?'' असं म्हणून त्यांनी अंगावरची दुलई काढली. हात अगदी नेहमीसारखे. पाव डिग्रीसुद्धा तापाचं चिन्ह नाही. गळपट्टा काढला. गळा अगदी नेहमीसारखा. त्याच्यावरून गाठी गायब झालेल्या. मामलेदारांची खात्री पटली. समाधानानं रामाचा प्रसाद वगैरे घेऊन तो परत गेला. पुन्हा महाराजांचा गळा सुजला. त्यावर मोठ्या गाठी आल्या. सपाटून ताप भरला.

संतचरित्र वाचताना ते अत्यंत विचारपूर्वक वाचलं पाहिजे. इथे महाराजांनी आपलं दुखणं लपवलं. त्यांना इतर लोकांची काळजी नव्हती का? हा आजार संसर्गजन्य आहे हे माहीत नव्हतं का?

तसं नाही. मुळात गोंदवल्यात प्लेगचा प्रादुर्भाव नव्हताच. तसं असतं, तर घरोघरी पटापट उंदीर मेलेले दिसू लागले असते. पण दळणवळणाच्या सोयी कमी असल्यानं त्या काळी माणसं फार प्रवास करीत नसत. प्लेगनं वेढलेल्या शहरांमधून गोंदवलेसारख्या छोट्या खेड्यात लोकांची जा-ये ती अशी असणार किती? त्यामुळे अशी दूरची खेडी सुरक्षित असतील. एकट्या महाराजांना झालेला हा आजार त्यांनी कुणाचा तरी घेतलेलाही असू शकेल. त्यामुळे याचा उपद्रव इथल्या एकाही माणसाला होणार नाही, याची खात्री त्यांना असेल. म्हणून ते असा आजार लपवू शकतात. बऱ्याच वेळा सामान्य लोकांच्या वर्तनाचे नियम संतांना लागू पडत नाहीत. ते आपल्या कार्याला आवश्यक असेल त्या पद्धतीनं वागतात. पण जिथे सामान्यांसाठी वर्तनाचे आदर्श घालून द्यायचे असतात, तिथे ते जनरीतीप्रमाणेच वागतात.

महाराज ताप सहन करत होते. दुसऱ्या दिवशी मंदिरात भजन सुरू होतं. रामाच्या मूर्तीसमोर गणपतराव नावाचे गृहस्थ बसले होते. त्यांचं अचानक लक्ष गेलं, रामाच्या डोळ्यांतून पुन्हा अश्रू वाहत होते. साक्षात रामाचे अश्रू थांबवण्याचं सामर्थ्य दुसऱ्या कुणामध्ये असणार? महाराजांना नाईलाजानं हे सांगावंच लागलं. ते तसेच लगबगीने उठले. सोवळ्याचे कपडे घातले. मऊ रुमालानं हळूच रामाचे डोळे पुसत राहिले. म्हणाले, ''असं कसं करून चालेल? मला ताप आला म्हणून वाईट वाटतंय ना? रामराया, अरे होईल तो बरा.'' पूर्ण पंचवीस मिनिटं राम अश्रू ढाळत होता. महाराज समजूत घालत होते.

खरं म्हणजे महाराज म्हणत त्याप्रमाणे रामच सर्वांची काळजी घेणारा. महाराज आपलं आयुष्य रामावर सोपवून निश्चिंत झालेले. महाराजांना हा ताप का आलाय, तो कधी बरा होणार हे सगळं त्या रामालाच तर माहीत असणार. भक्ताला दु:ख झालं तर देव त्याची समजूत घालतो, हे आपल्याला माहीत आहे. इथे रामाला दु:ख होत होतं, म्हणून भक्त त्याची समजूत घालत होता, हे कसं काय?

ईश्वराशी संतांनी विविध प्रकारे नातं जोडलंय. हनुमान रामांना स्वामी मानायचा, मीरा कृष्णाला प्रियकर, पती मानायची. तुलसीदास स्वामी मानायचे, तर सूरदास बालक मानायचे.

एकदा तुलसीदास आणि सूरदास रस्त्यातून जात असताना एका मदोन्मत्त हत्तीवरचं माहुताचं नियंत्रण सुटलं. तो हत्ती सैरावैरा धावत सुटला. सूरदास घाबरून एका सुरक्षित ठिकाणी जाऊन थांबले. तुलसीदास स्थिर उभे राहिले. हत्ती त्यांना काही न करता निघून गेला. नंतर तुलसीदासांनी विचारलं, ''सूरदासजी, तुमच्या कृष्णावर तुमची निष्ठा आहे ना? मग त्यांनी नसतं का रक्षण केलं तुमचं? मी स्थिर उभा राहिलो. राम माझ्या केसालाही धक्का लागू देणार नाही मला माहीत होतं.''

सूरदास म्हणाले, ''तुमची गोष्ट वेगळी. तुमचा राम धनुर्धारी, पराक्रमी आहे. प्रौढ आहे. माझा कान्हा अजून रांगतोय. छोटं बाळ आहे ते. मलाच त्याचं रक्षण केलं पाहिजे.''

अशा गोष्टींची चिकित्सा करायची नसते. हे दोघे संत भेटले होते का? त्या दोघांचा काळ कुठला? अंध सूरदास पळाले कसे? असले प्रश्न इथे निरर्थक आहेत. या गोष्टींचं सार इतकंच आहे, की भाव तसा देव! ज्ञानोत्तर भक्ती असते, तशी ही ज्ञानोत्तर भावसंपन्नता आहे.

महाराजांचंही तसंच आहे. रामाशी असलेलं आपलं अद्वैत ते अनुभवतच असतील. विश्वाच्या अणुरेणूंत राम आहे... आणि मीही रामच असल्याने मीही या अणुरेणूत आहे. हे त्यांना माहीतच असणार. एकदा भाऊसाहेब एकटेच असताना शेतातल्या मावळत्या सूर्यबिंबाकडे बघत महाराजांनी त्यांना एकट्यांना हे सांगितलंच होतं, की तो अनादि ॐकार म्हणजे मीच आहे. आणि राम तर काय? प्रत्यक्ष परब्रह्म! त्याला दु:ख कसलं?

पण केवळ ज्ञान माणसाला कधीकधी थोडं रूक्ष, थोडं कठोर बनवत असतं. अज्ञानी माणसांचे साधे, भावनिक गुंत्यांतून आलेले प्रश्न अशा लोकांना मूर्खपणाचे

वाटू शकतात. ते समजून घ्यायचे तर मनात करुणा, प्रेम हवंच. त्यामुळे ज्ञान आणि भावना दोन्ही एकत्र असल्या, तरच तो संत!

दुसरा विचार म्हणजे नामाला स्वतःची चव नसते. त्यामुळे भगवंताचं प्रेम त्यात मिसळून ते गोड करून घ्यावं लागतं, असं महाराज म्हणतात. ज्ञान प्राप्त झाल्यावरही नाम सुटत नाहीच. सुटूही नये. मग नाम आणि त्याला चिकटलेलं भगवंताचं प्रेम ज्ञानानंतरही टिकून राहत असणार.

तिसरा आणखी महत्त्वाचा विचार मनात येतो. संत परमेश्वराकडे जाण्याचे विविध मार्ग दाखवायला या जगात येतात. गोंदवलेकर महाराज नाममाहात्म्य सांगायला या जगात आले होते आणि त्याला साथ होती सगुणोपासनेची! आपल्या भावनेमध्ये प्रत्यक्ष दगडी मूर्तीतही चैतन्य जागृत करण्याची क्षमता आहे. आपली भावना इतकी शुद्ध हवी. शुद्ध म्हणजे निःसंशय! हे दाखवून देण्यासाठी त्यांचा जन्म झाला होता, म्हणून त्यांच्या आयुष्यात हे प्रसंग घडले असतील.

यानंतर १९१३मध्ये महाराजांची महासमाधी झाली, त्यापूर्वी चार दिवस रामाच्या डोळ्यांतून असेच अश्रू वाहिले होते.

एकदा महाराजांचं कीर्तन चालू होतं, तेव्हा अचानक राममूर्तीच्या हातून बाण सुटला आणि काही अंतरावर पडला. महाराजांनी तो मस्तकी लावला आणि ठेवून दिला. नंतर शिष्यांना सांगितलं, ''चार दिवस स्वारींच्या हातात बाण देऊ नका.''

महाराज अगदी अलीकडच्या काळातले संत. या घटना पाहणारे लोक आत्ताआत्तापर्यंत हयात होते. त्यामुळे या कल्पित कथा तर नक्कीच नाहीत. पण याचं स्पष्टीकरण साध्या माणसांना देताच येणार नाही. एवढं म्हणता येईल की -

आत्मा आणि परमात्मा एकच असल्यामुळे ते दोन्ही चैतन्यरूप आहेत. आपल्या आत्म्यावर मायेचे, विषयविकारांचे थर जमा झालेले असतात. त्यामुळे आपलं चैतन्य त्या परमात्म्याशी तद्रूप होऊ शकत नाही. संतांच्या आत्म्यावर असे कुठलेही थर नसतात. त्यामुळे ते शुद्ध चैतन्याशी एकरूप होतात आणि ते चैतन्य संतांमधल्या चैतन्याला कुठल्याही रूपात असलं, तरी प्रतिसाद देतं. ज्ञानेश्वरांना भिंतीतून त्याच चैतन्यानं प्रतिसाद दिला होता. महाराजांसाठी ते त्या मूर्तीत स्थिरावलं होतं.

महाराज नेहमीच साधनेमध्ये मनाला महत्त्व देत. शरीराला उपवासासारखे कितीही कष्ट दिले, तरी भगवंत फलणार नाही. ईश्वरीय चिंतनात मन इतकं रमलं, की खाण्याची आठवणच राहिली नाही असं होण्यात, म्हणजे असा उपवास घडण्यात मजा आहे. पण मनात प्रापंचिक विचार असतील तर देहानं कितीही उपवास केले, कष्ट केले तरी काय उपयोग? परमेश्वराचं अखंड स्मरण असेल, तर देहानं अन्न खाल्लं काय, न खाल्लं काय... काय फरक पडतो? चित्तात भगवंताचं नाम नसेल, तर नुसत्या उपवासानं अशक्तपणाखेरीज काहीच पदरात पडणार नाही.

संत हे परिपूर्ण असतात. इंग्लिशमध्ये याला 'परफेक्शनिस्ट' हा शब्द वापरला जातो. पण व्यवहारातला परफेक्शनिस्ट माणूस स्वतः खूप ताण घेतो. दुसऱ्या चुकणाऱ्या माणसांवर संतापतो. त्यांच्या कामातली अपरिपूर्णता त्याला जरा म्हणून सहन होत नाही. संतांची परिपूर्णता वेगळी असते. अपरिपूर्ण, चुकणाऱ्या माणसांवर ते संतापत नाहीत. कारण संपूर्ण ब्रह्मांड अशा छोट्याछोट्या अपरिपूर्णतेतूनच पूर्ण बनतं. ही माणसांची अपरिपूर्णता एका मोठ्या पूर्णतेचा अंश आहे हे त्यांना माहीत असतं. म्हणून ते क्षमाशील असतात. त्यांच्या या क्षमेचा प्रभाव इतका असतो, की माणसं सुधारतात.

गोंदवल्यात श्रीराममंदिराजवळ एक नवीन घर बांधलं होतं. रिकामंच होतं. आपली छोटीछोटी व्यसनांची तल्लफ भागवायला लोक तिथे गुपचुप जात. हळूच बिडीचं बंडल आणि काडेपेटी बाहेर येई. पानांच्या चंच्या मोकळ्या होत. चुन्यात मिसळून तंबाखू मळली जाई आणि जिभेखाली त्या मिश्रणाचा गोळा अलगद सारला जाई. महाराज खडावा घालून फिरत. त्यामुळे ते आल्याचं लोकांना सहज कळे. मग पटापट या गोष्टी लपवून, थुंकून, तोंडातच गिळून पुन्हा महाराजांसमोर अगदी निरागस नम्रतेनं ही मंडळी उभी राहत. एकदा मात्र महाराज मंदिरात पानं वाढलेली असल्यामुळे या लोकांना जेवायला बोलावण्यासाठी आले. संत स्वतःचं स्तोम माजवतात, शिष्यांकडून सेवा करून घेतात असे आरोप होत असतात. पण शिष्यमंडळी इकडेतिकडे वेळ घालवत आहेत आणि महाराज भर दुपारी बारा वाजता त्यांना जेवायला बोलवण्यासाठी आले आहेत ही गोष्टच खऱ्या संताचं चित्र डोळ्यांसमोर उभं करेल.

तरुणपणी एखाद्या आईनं सगळं घर सांभाळलेलं असतं. घरातल्या ज्येष्ठांची सेवा केलेली असते. लेकरांची सेवा केलेली असते. जेवूखाऊ, न्हाऊ-माखू घालून, आजारपणात जागरणं करून त्यांना वाढवलेलं असतं. मग जेव्हा मुलाला आईबद्दल कृतज्ञता वाटते, तो मोठा होतो, तेव्हा तो आईला साड्या आणून देतो, तिची सेवा करतो... हा त्याच्या प्रेमाचा आणि कृतज्ञतेचा आविष्कार असतो. तसंच संत स्वतःच्या सद्गुरूंची सेवा देह पणाला लावून करतात. ज्ञान मिळाल्यावर इतरांना ते वाटून सुखी करावं यासाठी धडपडतात. प्रसंगी आजारी, अनाथ, दुबळ्या शिष्यांची वात्सल्यानं सेवा करतात. मग जेव्हा शिष्यांना त्यांच्याबद्दल कृतज्ञता आणि श्रद्धा वाटते, तेव्हा ते स्वतःच्या भक्तीच्या आविष्कारासाठी संतांची सेवा करतात. त्यांना पूज्य मानतात. ही 'बुवाबाजी' नसते.

तर, महाराज या वेळी गडबडीत, पायांत काही न घालता अनवाणीच त्यांना जेवायला बोलवायला आले. एकानं मस्तपैकी झुरका घेऊन धूर सोडायला आणि महाराज समोर यायला एकच गाठ पडली आणि सगळा धूर महाराजांच्या तोंडावरच गेला. सगळे जण चपापले. आपापल्या हातातल्या विड्या सगळ्यांनी तशाच हातांनी विझवल्या. महाराज म्हणाले, ''काय घरं बांधतात लोक... धूर जायलासुद्धा जागा ठेवत नाहीत. बरं, असू दे. आता जेवायला चला.''

सगळे पानावर बसले. महाराज बोलता बोलता म्हणाले, ''काय एकेकाच्या सवयी असतात ना? जेवायच्या आधी कुणाला औषध लागतं, कुणाला देवाचं तीर्थ, तर कुणाला सुट्टाच लागतो...'' ज्यांना जे समजायचं ते बरोबर समजलं.

अशीच एकदा पोलिसांनी पकडलेल्या दरोडेखोरांची वृत्ती महाराजांनी पालटली. ते नक्की चांगले वागतील याची हमी घेऊन त्यांना जेवायला घालून पाठवलं. जेवण्यापुरत्या पोलिसांनी त्यांच्या बेड्या काढल्या होत्या, पण एकही जण पळून गेला नाही. जेवल्यानंतर पुन्हा बेड्या घालून त्यांना नेलं. कोर्टात ते त्यांच्या बाजूनं निकाल लागून सुटले. सुटल्यावर महाराजांकडे आले. रामाच्या पायांवर हात ठेवून चांगलं वागण्याची शपथ घेतली आणि सन्मार्गाला लागले.

सामान्य माणसांना महाराजांसारख्या सद्गुरुपदावर आरूढ झालेल्या विभूतींना मिळणारा सन्मान, शिष्यांकडून होणारी त्यांची सेवा हे सगळं दिसतं. बरं, करायचं काय? चार उपदेशाच्या गोष्टी सांगायच्या... असं वाटतं. पण सद्गुरुपद सोपं नसतं. साधना पूर्ण झाली, तरी प्रत्येक जण सद्गुरू होत नाही. मोक्ष मिळवून निघून जातो. सद्गुरू तोच होऊ शकतो, ज्याच्यात शिष्याच्या प्रारब्धाची जबाबदारी त्या शिष्याच्या अनंत जन्मांपर्यंत घेण्याची ताकद असते. म्हणून सद्गुरू आपल्या एक-दोन शिष्यांनाच दुसऱ्यांना अनुग्रह देण्याचा अधिकार देतात. पण कधीकधी अर्ध्या हळकुंडानं लोक पिवळे होतात. थोडं वरवरचं काहीतरी शब्दज्ञान काय होतं, आणि लोक स्वतःला 'गुरू' समजायला लागतात. यातून बुवाबाजी सुरू होते. कारण अशा अर्धवट माणसांचा ना अहंकार गेलेला असतो, ना स्वार्थ सुटलेला असतो. ही माणसं आध्यात्मिक मार्गालाच बदनाम करतात. महाराजांनी अशा बुवाबाजीला कधीच थारा दिला नाही.

गोंदवल्याला काही वर्षं एक स्वयंपाकीण राहत होती. तिचा मुलगा लहान असल्यापासून महाराजांच्या सहवासात होता. ते कसं बोलतात, काय बोलतात, कसं भजन करतात याचा छाप त्याच्या मनावर पडलेला असणार. पुढे गोंदवले सोडून आपल्या गावी परतल्यावर त्याने महाराजांच्या उपदेशाचा बाजार भरवला. स्वतःला गुरू समजायला लागला. भोवती शिष्य, शिष्या गोळा केल्या. हे महाराजांच्या कानावर आलेलंच होतं. त्याचा काहीतरी बंदोबस्त करायला हवा, हे महाराजांच्या लक्षात आलंच होतं.

एकदा तो आपला शिष्यपरिवार घेऊन गोंदवल्याला आला. महाराजांनी सुरुवातीला सगळ्यांची व्यवस्था तर रीतीप्रमाणे केली. नंतर त्याला एकट्याला बोलावून विचारलं, ''तू हे काय करतोयस?''

''समर्थांचा संप्रदाय वाढवतो आहे, महाराज.'' तो म्हणाला.

समर्थांचं नाव ऐकताच महाराजांनी खाडकन् त्याला थोबाडीत मारली. ते कडाडले, ''समर्थांच्या नखाची तरी सर आहे का तुला? अरे, 'चणे खावे लोखंडाचे, तेव्हा ब्रह्मपदी नाचे' असं म्हणतात. गुरू व्हायचं तर स्वार्थ पूर्ण जाळावा लागतो. देहाभिमान जावा लागतो. तुझ्यासारख्यांनी व्यवस्थित कामधंदा करावा, प्रपंच करून मुला-बाळांत सुखानं राहावं. या सगळ्या शिष्यांना त्यांच्या त्यांच्या घरी पाठव आणि तूही लग्न करून सुखानं राहा.''

ढोंगी परमार्थापेक्षा धडधडीत प्रपंच केव्हाही चांगला.

लौकिक शिक्षणात यश मिळालं, त्या जोरावर जरा बऱ्यापैकी पैसा मिळायला लागला, की माणूस अहंकाराने फुगतो. स्वतःच्या कर्तृत्वाबद्दल त्याची खात्री पटते. आपण कसे बुद्धिमान, विचारवंत आणि बाकीचे कसे अडाणी, अंधश्रद्ध असं त्याला वाटायला लागतं.

बेळगावचे मोरोपंत मराठे हे नामांकित वकील अशा माणसांपैकीच एक होते. वकिलीमध्ये मोठं नाव झालेलं. खिशात भरपूर पैसा! देवाधर्माची चेष्टा, बुद्धिवाद वगैरे मग सुरू होतंच! त्यांची पत्नी मात्र अतिशय श्रद्धाळू, भाविक, सात्त्विक. तिची महाराजांवर श्रद्धा होती. एकदा मोरोपंत विषमज्वरानं आजारी पडले. सगळे औषधोपचार झाले, पण गुण येईना. डॉक्टरांनी आशा सोडली. मग मात्र त्यांच्या पत्नीने नवस केला. 'महाराज, यांना बरं वाटलं, की आम्ही दोघं तुमच्या दर्शनाला येऊ. पण सद्गुरूनाथा, माझं सौभाग्य वाचवा.'

खरोखरच काही दिवसांनी मोरोपंत बरे झाले. महाराजांमुळे आपण बरे झालो असं काही त्यांना वाटत नसलं, तरी पत्नीसाठी म्हणून नवस फेडायला ते तिच्याबरोबर गोंदवल्याला आले. स्वतःचा आब राखून, औपचारिकरीत्या त्यांनी महाराजांना नमस्कार केला. महाराजांनी त्यांना स्वतःजवळ बसवलं. म्हणाले, ''कठीण प्रसंग येऊन गेला तुमच्यावर. पण रामानं तुमच्यावर कृपा केली. निभावून नेलं.''

हे ऐकून मराठे म्हणाले, ''कशावरून रामानेच कृपा केली? मी देव-बीव काही मानत नाही. तो असता, तर दिसला असता ना? एका न दिसणाऱ्या गोष्टीवर मी का विश्वास ठेवू?''

मग महाराज म्हणाले, ''तुम्ही स्वतःचा मेंदू पाहिला आहे? गौरीशंकराचं शिखर पाहिलं आहे? पृथ्वीचा मध्य पाहिला आहे?'' या तिन्हीला मराठेंचं उत्तर अर्थातच 'नाही' असं होतं. मग महाराज म्हणाले, ''जर तुम्हाला यातलं काहीच दिसत नाही; तर ते 'आहे' याला पुरावा काय?''

''अहो, अनेकांनी ते पाहिलंय. आपण त्यांच्यावर विश्वास ठेवला पाहिजे.''

महाराज हसून म्हणाले, ''मग इतके साधू संत सांगतात, की देव आम्ही प्रत्यक्ष पाहिलाय. त्याचं अस्तित्व अनुभवलंय. त्यांच्यावर का नाही विश्वास ठेवायचा?

ते बिचारे अत्यंत नि:स्वार्थी असतात. इतकीशीही अपेक्षा कुणाकडून करत नाहीत. शास्त्रानंही 'आप्तवाक्य' हे एखादी गोष्ट खरी आहे हे सिद्ध करण्यासाठी प्रमाण म्हणून मान्य केलंय. 'आप्त' तो, जो निरपेक्ष बुद्धीनं आपलं भलं इच्छितो.''

मराठे गप्प बसले. महाराज हळूच त्यांच्या कानात म्हणाले, ''मी तुमच्यासारख्या अनेक वकिलांचा गुरू आहे बरं.''

मराठेंचा सगळा अहंकार गळून पडला. त्यांनी महाराजांकडून अनुग्रह घेतला आणि ते अंतर्बाह्य बदलून बेळगावला परतले.

महाराज उगारला गेले होते. बरोबर काही मंडळी होती. मंदिरात सगळे उतरले होते. उगारची दोन मुलं महाराजांची भक्त होती. त्यातल्या एकाने महाराजांना आणि बरोबरीच्या सगळ्यांना घरी जेवायला बोलावलं. त्याचे वडील घरी नव्हते. मुलानं घरी स्वागताची जंगी तयारी केली आणि अचानक वडील आले. आपली परवानगी न घेता परस्पर काहीतरी चाललंय हे त्यांना कसं आवडणार? त्यांनी भरपूर आरडाओरडा केला आणि जेवणाचा बेत रद्द केला. यामुळे मुलगा रुसला आणि मंदिरात येऊन बसला. महाराजांनी थोडे चुरमुरे आणले आणि सगळ्यांना खायला दिलं. तेवढ्यात दुसऱ्या मुलानं आपल्या घरून पिठलं भात करून आणला आणि सगळ्यांना दिला. हा मुलगा आता घरीच जायला तयार नव्हता.

शेवटी त्याचे वडील आले आणि महाराजांना म्हणाले, ''अहो बुवा! जरा या पोराला सांगा. मला न विचारता त्यानं तुम्हाला जेवायला बोलावलं. हे असलं शिकवतं का तुमचं शास्त्र?''

महाराज म्हणाले, ''बाळ! असं करणं योग्य आहे का सांग बरं? नाही ना? अरे, वडिलांची आज्ञा पाळावी. आता जा बरं घरी त्यांच्याबरोबर...''

नाइलाजानं तो घरी गेला. पण महाराजांचा जिथे अपमान झाला, त्या घरी राहणंच नकोसं झालं होतं त्याला. त्यानं ठरवलं, की महाराजांचा अपमान धुवून निघाल्याखेरीज अन्नाचा एक कण घेणार नाही. मुलानं खाणं-पिणं सोडल्यावर वडील काळजीत पडले. ते महाराजांना जेवायला बोलवू लागले. पण महाराज 'आज नको, उद्या बघू, परवा बघू' असं करायला लागले. तेव्हा वडिलांचा धीर खचला. शेवटी

ते म्हणाले, ''महाराज मला क्षमा करा. माझं चुकलं. आपण माझ्या घरी जेवायला आला नाहीत, तर मीही अन्नग्रहण करणार नाही.'' त्यांनी महाराजांना साष्टांग नमस्कार घातला. मग मात्र महाराज त्यांच्याकडे जेवायला गेले. त्या मुलाच्या कानात म्हणाले, ''अरे, वडीलमाणसांना त्यांच्या म्हणण्यानुसार व्हावं असं वाटतं असतं. आपण थोडं त्यांच्या कलानं घ्यावं. जरा खुबीनं वागावं.'' घरातल्या लोकांना न दुखवता थोडं कुशलतेनं वागून परमार्थ साधायचे धडेच महाराज देत होते.

समर्थांनी अनेक ठिकाणी मंदिरांची स्थापना केली. त्यांचे अकरा मारुती तर प्रसिद्धच आहेत. तशीच महाराजांनीही अनेक ठिकाणी राममंदिरांची स्थापना केली. ते म्हणत, ''ज्याप्रमाणे विश्वविद्यालय हे लौकिक विद्येचं केंद्र असतं, त्याचप्रमाणे मंदिर हे अलौकिक म्हणजे अध्यात्मविद्येचं केंद्र असावं. आपल्या आचारधर्माचं आणि परंपरेचं रक्षण करणं हे मंदिरांचं काम आहे. मंदिरात काम करणारे लोक त्या पेशाला लायक असावेत. तिथे अध्यात्माचं श्रवण व मनन व्हावं. साधकाला साधना करण्यास ते स्थान योग्य असावं. प्रपंचाच्या त्रासाने कष्टी झालेल्या जीवाला मंदिरात आल्यानंतर स्वतःच्या दुःखाचा काही काळ तरी विसर पडावा असं तिथलं वातावरण असावं. मंदिरात नियमित अन्नदान आणि उपासना चालू असावी. हे मोठं पवित्र स्थान असावं आणि तिथे भगवंताच्या अस्तित्वाची जाणीव व्हावी.''

हे ध्येय डोळ्यांसमोर ठेवून महाराजांनी इंदूर, हर्दा, पंढरपूर, कुर्तकोटी, कुरवली, गिरवे, मांडवे, गोपेवाडी, आटपाडी, कागवाड, कराड, म्हासुंगे, यावंगल, मोरगिरी, नरगुंद, खातवळ, विखळे, डकसाण, पाटण, सोलापूर, अश्वत्थपूर, कांचिसमुद्रम्, म्हैसूरजवळ चिंतामणी अशा जवळजवळ २९ ठिकाणी रामाची, दत्तप्रभूंची, विठ्ठलाची मंदिरं बांधली.

या मंदिरांमध्ये गेल्यावर महाराज विलक्षण आर्ततेनं भजन करत. भजन मनापासून घडावं, त्यात भाव असावा हे त्यांचं सांगणं असे. 'त्यात तालासुराला महत्त्व असतं, तर तुकारामबुवा आधी गाणं नसते का शिकले?' असं ते म्हणत.

पैलतिरीची हाक

गोंदवल्यामध्ये एकदा एक ज्योतिषी आले होते. या शास्त्राचा त्यांचा अभ्यास दांडगा होता. बऱ्याच जणांचं अचूक भविष्य त्यांनी सांगितलं होतं. मुखावर अभ्यासाचं तेज होतं. लोक त्यांच्यामुळे अगदी प्रभावित झाले. मग महाराजांनी एक गंमत केली. नाव न दाखवता स्वत:ची कुंडली त्यांना दाखवली. ती कुंडली बघून त्यांच्या चेहऱ्यावर उदासी आली. ते म्हणाले, ''किती वाईट योग आहेत याच्या नशिबात. याची पत्नी अल्पायुषी आहे. मुलं जगणार नाहीत. याची अगदी अन्नान्न दशा असेल. झोळी घेऊन हा फिरणार हे स्पष्ट दिसतंय.''

महाराज म्हणाले, ''तुम्ही म्हणता, ते खरंही असेल; पण याची पोटची नसली, तरी अनेक मुलं असतील. हा हजारो लोकांना दररोज भरपूर अन्नदान करेल असं कुठे कुंडलीत दिसतंय का?''

ज्योतिषीबुवा जरा गोंधळले. मग महाराज म्हणाले, ''तुम्ही म्हणता ते खरं आहे. ही कुंडली माझी आहे. माझी पहिली पत्नी लवकर वारली. मुलं जगली नाहीत. पण पोटच्या मुलांपेक्षा जास्त नातं ज्यांच्याशी असतं, असे शिष्य आहेत माझे. मी तीर्थाटनाला गेल्यावर भिक्षा मागूनच जगलो. पण इतर अनेक ठिकाणी आणि इथं गोंदवल्यातही अन्नदान कधी थांबलं नाही. याला कारण एकच - रामनाम! माझे ग्रह-तारे, नक्षत्र, योग काही का असेनात; अखंड रामनामाच्या प्रभावामुळे माझ्यावर प्रभू रामाची अशी कृपा झाली, की सारे योग सुयोगच झाले.''

महाराज नेहमी म्हणत, ''नामामुळे प्रारब्ध टळत नाही, पण बाधतही नाही.'' रामनामाच्या प्रभावामुळे महाराजांनी झोळी हाती घेतली, ती 'तप' म्हणून. त्यांची

प्रापंचिक स्थिती इतकी वाईट कधी झाली नाही.

नामस्मरण काळावरही मात करतं. अनेकांचे मृत्यू त्यांनी मागे परतवले होते. पण आता मात्र वेळ झाली होती, काळाच्या हाकेला 'ओ' द्यायची!

इथलं कार्य संपलं होतं. हे पुढे चालू ठेवणारे अनेक शिष्य तयार झाले होते. त्यामुळे महाराजांना पैलतिरीचे वेध लागले होते.

महाराजांचा देह थकत चालला होता. शक्ती क्षीण होऊ लागली. दमा बळावत चालला. आधीच महाराजांचा आहार थोडा! त्यात आता अगदीच अन्न जाईना. गोंदवल्यात इतकं अन्नदान होत होतं! ते ज्यांच्यामुळे चाललं होतं; ते महाराज कशीबशी लापशी घेत होते. पायांवर सूज आली होती आणि त्यांना उभं राहणंही अवघड झालं होतं.

स्वत:चा प्लेग, ताप लपवणारे, क्षणात गायब करू शकणारे महाराज आता शांतपणे देहाचे सारे भोग भोगत होते.

एकदा मंदिरात आल्यावर त्यांनी रामाचं दर्शन घेतलं. मग स्वत: सिंहासनावर बसून सगळ्या लोकांना बसायला सांगितलं. आज ते अगदी सहज गप्पा मारत होते. लोकांना म्हणाले, ''बरेच दिवस आमची जागा रिकामी पडली आहे. म्हणून रामाची चिठ्ठी आली आहे. आता मला आनंदानं निरोप द्या. माझं अखेरचं सांगणं एकच आहे, की भगवंताच्या नामाला विसरू नका.''

महाराज अतिशय स्पष्टपणे स्वत:च्या जाण्याबद्दल बोलत होते. पण बोलताना ते इतके हसत असायचे, की लोकांना ती चेष्टाच वाटायची. की महाराजांनी लोकांच्या बुद्धीवर हलकेच मायेचा पडदा टाकला होता? कुणास ठाऊक!

बरं, महाराजांच्या प्रकृतीचा अंदाजही येणं अवघड होतं. एक दिवस बताशाला सांभाळणारा विश्वनाथ म्हणाला, ''महाराज, बताशा फार हिसकाहिसकी करतोय. ऐकतच नाही.'' 'चल बघू या' असं म्हणून महाराज उठले. बताशाजवळ जाऊन त्यांनी त्याला प्रेमानं थोपटलं. पण ते परत निघालेले त्याला आवडलं नाही. तो पुन्हा खिंकाळू लागला. मग महाराजांनी त्याला फिरायला नेलं. चांगली पाचदहा मैलांची रपेट झाल्यावर तो खूश झाला. महाराज म्हणाले, ''बघा, मुक्या प्राण्यालासुद्धा शेवटची सेवा करून घ्यावी असं वाटलं.'' तरी लोक संभ्रमातच होते. घोड्यावरून पाच-दहा मैलांची रपेट करून येणारा माणूस लवकरच जगातून जाणार आहे, यावर कसा विश्वास बसावा?

आपल्या मागे आपला वाढलेला व्याप व्यवस्थित चालावा, याची काळजी महाराजांनी घेतली होतीच. धाकट्या आणि थोरल्या राममंदिरासाठी आपली शेती त्यांनी दिली. त्यातून मंदिरांचा सगळा खर्च पार पडणार होताच. पण पत्नी म्हणून जिची जबाबदारी घेतली, त्या आईसाहेबांचीही व्यवस्था त्यांनी केली होती. महाराज असतानाही त्यांच्या सेवेसाठी एक स्त्री त्यांनी नेमली होती.

आईसाहेबांचे दैनंदिन व्यवहार तिच्या मदतीने सुकर होत. कुठेही जाण्या-येण्यासाठी एक मेणा होता. महाराज कुठेही असले, तरी ते काय करत आहेत हे त्यांना अंतःचक्षुंनी दिसावं, आपल्या पतीचं दर्शन त्यांना आपल्या अंतःचक्षुंनी होत राहावं अशी एक विद्या म्हणा, सिद्धी म्हणा, महाराजांनी त्यांना दिली होतीच. आपल्या मागे त्यांची किंचितही आबाळ होऊ नये यासाठी दरमहा २५ रुपये तहहयात त्यांना मिळतील अशी व्यवस्था केली होती. १९१३मध्ये २५ रुपये ही रक्कम मोठी होती.

प्रापंचिक माणसाने जबाबदाऱ्या कशा निभवाव्यात याचं उदाहरणच महाराजांनी घालून दिलं होतं.

पण हे झालं प्रपंचाचं! जाताना पुन्हा एकदा निरूपण करून त्यांनी आपल्या आध्यात्मिक वारशाचीही भक्तांमध्ये जाणीव निर्माण करून दिली. आपल्या अखेरच्या निरूपणात ते म्हणाले, ''जगात जे जे दृश्य आहे, ते ते नाश पावणारं आहे. ते भगवंताच्या इच्छेच्या स्वाधीन आहे. म्हणून जे घडतं, ते ईश्वराच्या इच्छेनंच घडतं हे लक्षात ठेवावं. हा देह दृश्य आहे. त्याला चालवणारा देहाच्या आत आहे. म्हणून त्याच्या अनुसंधानात राहावं. चित्त नामात गुंतलं, की देहाला प्रारब्धाच्या आधीन करता येतं. ही युक्ती ज्याला साधली, त्याला सुखदुःखाची बाधा उरली नाही. आपण प्रपंची लोक आहोत. म्हणून प्रपंचाला उचित असा प्रयत्न केल्याशिवाय कधी राहू नये. पण प्रपंचाला सर्वस्व मानून त्यामध्ये भगवंताला विसरू नये. संतांच्या सांगण्यावर विश्वास ठेवून मुखी नाम ठेवावं. सदाचरणानं वागून प्रपंच करावा. जो असं करील, त्याचं राम कल्याण करील याची ग्वाही मी देतो.''

संत या जगात येतात, ते माणसांना त्यांच्या खऱ्या आत्मस्वरूपाचं दर्शन घडवण्यासाठी. आपण तो सच्चिदानंदस्वरूप आत्मा आहोत. देह नाही. म्हणून देहाशी संबंधित सुखदुःखांशी आपला संबंध नाही. देह प्रारब्धाचे भोग भोगत असताना आपण 'स्व-स्थ' म्हणजे स्वतःमध्ये स्थिर राहिलो, तर दुःखाचा अनुभव येत नाही, हे ते सांगतात.

पण सर्वसामान्य लोकांना या दिव्यत्वाची ओढ नसते. ते ईश्वराची किंवा सद्‌गुरूंची कुणाचीही सेवा, भक्ती करतात; ते ऐहिक सुखासाठी. एकदा बोलता बोलता महाराज केतकरांना म्हणालेही होते, ''इथे सगळे जण हिंग-जिऱ्याची खरेदी करायला येतात. माझ्याकडे 'कस्तुरी' आहे. ती घ्यायला कुणीच येत नाही. देवासाठी देव पाहिजे असं ज्याला वाटतं, तो खरा कस्तुरीचा चाहता. पण असा माणूस मिळणं कठीण. म्हणून आपण सामान्य माणसांमध्येच भक्ती रुजवत राहिली पाहिजे.''

माणूस थोडा विद्वान, इतरांपेक्षा थोडा जास्त प्रतिभावान असेल; तर त्याला सामान्य माणसांचा सहवास कंटाळवाणा होतो. संतांचं ज्ञान आकाशालाही गवसणी घालणारं. जे ज्ञान प्राप्त झालं, की जगात दुसरं प्राप्त करण्यासारखं कुठलंही ज्ञान राहत नाही; असं ज्ञान मिळालेलं असूनही संत सामान्य माणसांना समजून घेतात. त्यांच्यावर प्रेम करतात आणि त्यांचा उद्धार करतात. यासाठी लागणारं कोवळं मन त्यांच्याजवळ असतं.

महाराजही खूप थकले असले, तरी आपल्या भक्तांचे हट्ट पुरवत होते. शाळेचे इन्स्पेक्टर असलेले काळे गोंदवल्यामध्ये आले होते. महाराजांनी आपल्याकडे जेवायला यावं असा त्यांनी हट्टच धरला. महाराजांनी परोपरीनं सांगितलं, की माझी प्रकृती बरी नाही. पण ते ऐकेनात. तेव्हा महाराज त्यांच्याकडे जेवायला गेले. भाऊसाहेब केतकरही त्यांच्याबरोबर होते.

ते भाऊसाहेबांना म्हणाले, ''भाऊसाहेब, आता मला जाणं जरुरी आहे. मी सोमवारी जाणार.'' त्या दिवशी शुक्रवार होता! म्हणजे फक्त दोन दिवस शिल्लक होते.

भाऊसाहेबांना धक्काच होता हा.

ते म्हणाले, ''मी आता इथे राहून काय करू? कुठे जाऊ?''

तेव्हा महाराजांनी सांगितलं, ''तुम्ही बारा वर्षं इथे राहा. बारा वर्षांनंतर वाणीअवतारात मी पुन्हा भेटेन.''

'वाणीअवतार' म्हणजे काय? हे भाऊसाहेबांच्या लक्षात आलं नसेल कदाचित. पण तो विषय तिथेच थांबला. जेवण करून ते दोघे परतले.

देह धारण केलाय. प्रापंचिक माणसानं प्रपंच आणि परमार्थ दोन्ही नीटच करावा हे अगदी उदाहरणासकट दाखवून झालंय. आता शरीराची कुठलीही अवस्था परमेश्वराच्या नामस्मरणाच्या आड येता उपयोगी नाही. देहाला देहाचं प्रारब्ध भोगू

दे. आपण आपलं नाम घेत राहायचं. अखेरच्या श्वासापर्यंत नामाचं अनुसंधान टिकवायचं हे प्रात्यक्षिकातून दाखवून द्यायचं होतं.

महाराजांचा दमा बळावला. पायावर सूज आली होती. तशाही अवस्थेत कराडचा कोणी भक्त त्यांच्यासाठी कफनी घेऊन आला होता. महाराजांनी ती अंगात घालावी असा आग्रह तो करत होता. मग महाराजांनी ती कफनी अंगावर चढवली.

संत कुणावर ठरवून प्रेम करत नाहीत. ते प्रेमरूपच झालेले असतात. ईश्वर म्हणजे मूर्तिमंत प्रेम! संत ईश्वररूपच असतात. म्हणून संत म्हणजेही मूर्तीमंत प्रेमच! कुणाचंही मन इवलंही दुखावलं जाऊ नये याचं भान त्यांना असतं. ना जेवायला बोलावणाऱ्या इन्स्पेक्टर काळेचं मन त्यांनी दुखावलं, ना या कफनी घालण्याचा आग्रह करणाऱ्या भक्ताचं! ती कफनी घालून ते निरूपणाला उभे राहिले. खरं म्हणजे उभं राहणं आता त्यांना शक्य नव्हतं, पण कुणाच्या तरी खांद्यावर हात ठेवून उभे राहिले आणि निरूपण केलं.

अगदी दुसऱ्या दिवशीसुद्धा त्यांनी रात्री दीड वाजेपर्यंत निरूपण केलं. पुन्हा पुन्हा ते कळकळीने नामाचं महत्त्व सांगत होतं. त्यांच्या मनात कदाचित येत असेल, 'इथून पुढे हे सांगायला प्रत्यक्ष मी नसणार. तेव्हा लक्षात ठेवा रे बाळांनो. नका हरवून जाऊ या ऐहिकाच्या जत्रेत. अनुसंधान ठेवा. नाम घेत राहा.'

संध्याकाळी पाच वाजता महाराज गोठ्यामध्ये आले. गायी-वासरांवर त्यांचं खूप प्रेम होतंच. अभ्यंकर नावाचे गृहस्थ गोशाळेची व्यवस्था बघत. त्यांच्या झोपडीसमोरची जागा महाराजांनी स्वच्छ करून घेतली. ते म्हणाले, "ही जागा मला फार आवडली आहे. असं वाटतं, की इथेच कायमचं येऊन राहावं." आपल्या खडावा त्यांनी अभ्यंकरांना दिल्या आणि म्हणाले, "मी इथे राहायला येईन तोवर या खडावा सांभाळा हं." रात्री पुन्हा महाराज भजनाला उभे राहिले. त्यांना माहीत होतं, हे शेवटचं भजन! उद्या या रामरायासमोर भजन करायला आपण नसणार. गोड आवाजात त्यांनी रामरायाची आळवणी सुरू केली. नंतर पुन्हा आपल्या शिष्यांना शेवटचा उपदेश देऊ लागले. या अभंगात महाराजांच्या जीवनभराच्या उपदेशाचं सार आहे. हा एक अभंग लक्षात ठेवला, तरी आपल्या जीवनाचं सार्थक होईल. महाराज गात होते -

आजवरी तुम्हा सांगितली मात। नामविण हित समजू नका॥
मानू नका नाम साधन हे लहान। तुम्हा माझी आण जीवेभावे॥

मानू नका सार संसार असार। दृश्य जोजार मानू नका॥
सोडू नका नाम, धरू नका काम। नाही नाही नेम आयुष्याचा॥
दीनदास म्हणे सांगतो ते ऐका। अभ्यास वैखरी सोडू नका॥

आज महाराज प्रभू रामरायाला, समोरच्या सगळ्या लोकांना विलक्षण प्रेमानं बघत होते. त्यांचे डोळे अपार प्रेमाचा वर्षाव करत होते. किंबहुना महाराज प्रेमाचा मूर्तिमंत पुतळाच झाले होते.

मध्यरात्र उलटून गेली. रात्रीचा दीड वाजला होता. थकलेल्या महाराजांनी तरी सर्व मंडळींना आशीर्वाद दिला. नंतर स्वत:च्या खोलीमध्ये आले.

महाराजांना बरं नव्हतंच; त्यामुळे त्यांच्या जवळची मंडळी जागीच होती. भाऊसाहेबांना कल्पना होती, सोमवार येऊ लागला आहे. तो येऊच नये असं त्यांना वाटत होतं. सगळं जग जणू आहे त्या क्षणापाशी गोठूनच जावं... पण असं होणार नव्हतं... होत नसतं!

थोडा वेळ पडून महाराज दोन वाजता सिद्धासनात बसले आणि त्यांची समाधी लागली. पहाटे सव्वापाचला ते समाधीतून बाहेर आले. जवळ वामनराव, हरिपंत, अम्मा अशी जवळची भक्तमंडळी उभी होती. वामनरावांबरोबर त्यांनी शौचमुखमार्जन वगैरे आवरले. हातपाय धुतले. रामापाशी जाऊन म्हणाले, ''माझ्या माणसांना सांभाळ.''

खोलीत जाऊन पुन्हा पलंगावर आसन घालून बसले. वामनरावांनी पायावर डोकं ठेवलं. त्यांच्या डोक्यावर आपला उजवा हात ठेवून महाराज विलक्षण प्रेमानं म्हणाले, ''जिथे नाम तिथे माझा प्राण। ही सांभाळावी खूण।''

सगळ्यांनी त्यांना नमस्कार केला. त्यांनी सगळ्यांना आशीर्वाद दिला. मग महाराजांनी डोळे मिटले. ज्योतिषाशास्त्रानुसार 'अमृत' घटिका सुरू झाली. महाराजांचा श्वास जोरजोरात चालू लागला. केतकरांना निरोप पाठवला. ते डॉक्टर जोशींना घेऊनच आले. पण ते येण्यापूर्वीच महाराजांनी अंतिम श्वास घेतला.

मार्गशीर्ष वद्य दशमीचा दिवस. शके १८३५. सोमवार, २२ डिसेंबर १९१३! सकाळी सहा वाजायला दहा मिनिटं कमी होती. महाराज रामरूप झाले. परब्रह्माशी एकरूप झाले.

भाऊसाहेब आल्यावर त्यांनी पाहिलं, महाराजांचा देह वामनरावांच्या कुशीत होता. भाऊसाहेब केतकरांनाच सोमवारी काय होणार आहे, हे माहीत होतं. त्यामुळे

काय झालं आहे ते त्यांना कळलंच. तरी कातर स्वरात ते म्हणाले, ''डॉक्टर, नाडी बघा ना.''

डॉक्टर जोशींनी नीट तपासलं आणि मोठ्या खेदानं सांगितलं, ''सगळं संपलं, भाऊसाहेब.''

ते पायातलं बळ गेल्यासारखे खाली बसले. स्वतःशीच पुटपुटले, ''थोडी उष्णता आहे... कदाचित समाधी लागली असेल... असं... असं होतं ना?''

डॉ. जोशींनी भाऊसाहेबांच्या खांद्यावर मूकपणे थोपटलं.

'ही महासमाधी आहे हो.' असं त्यांना म्हणायचं होतं. महाराजांना रामासमोर आणून झोपवलं. आता अंग पूर्ण थंड पडलं होतं. इकडे आईसाहेबांच्या हातातून जपमाळ गळून पडली. जे रूप सतत अंतःचक्षूंसमोर होतं, ते आता त्या आतल्या दृष्टीच्याही पार जाणार... त्यांच्या शोकाला पारावार उरला नाही.

गावोगावी तारा गेल्या. गावोगावाहून लोक दर्शनासाठी येऊ लागले.

महाराजांचे पट्टशिष्य ब्रह्मानंद स्वामी. ते येईपर्यंत थांबावं असं सगळ्यांना वाटलं. इकडे ब्रह्मानंद स्वामी सोमवारी पहाटे उठून बेलधडीला जायला निघाले. दोनतीन मैल जातात, तोच तार घेऊन एक माणूस नागप्पा त्यांच्या मागे धापा टाकत आला आणि त्याने स्वामींना तार दाखवली. ती वाचताच ब्रह्मानंदस्वामी मटकन् खाली बसले. गदगद स्वरात म्हणाले, ''नागप्पा, महाराज चालते बोलते ब्रह्म होते रे... अरे, दोन रुपयाचं तिकीट काढलं, की भेटायचं ते ब्रह्म! आता कुठे बघू रे?'' असं म्हणून दोनतीन दिवस कुठेतरी गायबच झाले.

मंगळवारचा दिवस उजाडला. तरी ब्रह्मानंदांच्या येण्याची शक्यता दिसेना. मग भाऊसाहेब केतकरांनी पुढाकार घेऊन महायात्रेची तयारी सुरू केली. रविवारी गोठ्यातल्या ज्या जागी महाराज येऊन बसले होते, ती दहनभूमी निश्चित केली. महाराजांना बुक्का लावला. गळ्यात तुळशीच्या माळा घातल्या. लोकांनी गुलाल, फुलं उधळायला सुरुवात केली. महाराजांच्या श्रीहरी नावाच्या पुतण्याने सारे संस्कार यथासांग केले. आत्म्याला स्पर्शही करू न शकणाऱ्या अग्नीने शरीर मात्र भस्मसात केलं.

तिसऱ्या दिवशी अस्थी गोळा केल्या. त्या प्रयागला न्यायच्या होत्या. त्या वेळी हरिपंतांना लक्षात आलं, आनंदसागरांना महाराज म्हणाले होते, 'मी तुला प्रयागला घेऊन जाईन.' पण त्यानंतर महाराज प्रयागला गेलेच नाहीत. आनंदसागर

गेल्यावर त्यांच्य अस्थी महाराजांनी हर्द्यामध्येच ठेवायला सांगितल्या होत्या. 'मी प्रयागला जाईन, तेव्हा घेऊन जाईन' असं ते म्हणाले होते. हरिपंतांच्या लक्षात आलं, महाराज 'असे' प्रयागला जाणार होते. मग महाराजांच्या अस्थींबरोबर आनंदसागरांच्या अस्थी घेतल्या आणि दोघांच्या अस्थी एकत्रच प्रयागच्या पवित्र जलात विसर्जित केल्या.

नामावताराच्या सगुण रूपाचा अस्त झाला.

पण महापुरुष कधीच फक्त देहाच्या रूपानं अस्तित्वात नसतात. देह सोडल्यावरही त्यांची शक्ती, त्यांच्या सूक्ष्म रूपानं कार्यरत असते. गोंदवल्याचा अध्यात्म-सूर्य मावळला जरूर, पण म्हणून गोंदवले अंधारलं नाही. तो सूर्य आजही तिथे सर्वांना जीवनाची वाट दाखवतोच आहे आणि त्यामध्ये त्यांनी तयार केलेल्या शिष्यमंडळींचा वाटा फार मोठा आहे.

महाराजांच्या इच्छापत्रानुसार समाधी आणि मंदिराची व्यवस्था पाहण्यासाठी एक समिती नेमण्यात आली. या समितीमध्ये पहिले आणि मुख्य पंच महाराजच असतात. पहिल्या समितीत सरपंच होते ब्रह्मानंद स्वामी. कार्यकारी पंच अप्पासाहेब भडगावकर, बापूसाहेब साठे, तात्या चपळगावकर. याशिवाय समितीत आणखी दोन पंच होते.

ब्रह्मानंद स्वामी आले. त्यांनी समर्थ रामदास स्वामींच्या समाधिमंदिराप्रमाणे महाराजांच्या समाधिमंदिराचं बांधकाम करून घेतलं. डॉ. कुर्तकोटींनी त्यासाठी पादुका दिल्या. वेदोक्त पद्धतीने मोठ्या विद्वान पंडितांच्या मार्गदर्शनाखाली पादुकांची स्थापना केली.

दैनंदिन उपासना, उत्सवातले कार्यक्रम यांची एक घडी, एक पद्धत ब्रह्मानंद महाराजांनी आखून दिली. आजही त्यांच्याच मार्गदर्शनाप्रमाणे गोंदवल्यात सारे कार्यक्रम शिस्तबद्ध पद्धतीने होतात. अन्नधान्याच्या कोठीची व्यवस्थाही त्यांनी लावून दिली. आजही महाराजांच्या भक्तांच्या घरात जिथे धन-धान्य ठेवलं जातं, अशा जागी ब्रह्मानंद स्वामींचा फोटो लावतात.

पुढे १९१८मध्ये ब्रह्मानंद स्वामींनीही कृष्णाकाठी कागवाड इथे देह ठेवला.

हे ऐकल्यावर आईसाहेबांना शोक अनावर झाला. ब्रह्मानंद स्वामींना त्यांनी मुलगा मानलं होतं. 'पती गेले, पुत्र गेला. आता मी जगून काय करू?' या विचारानं त्यांनी अन्न सोडलं. एक महिन्यातच त्यांनीही जगाचा निरोप घेतला. त्यांचीही समाधी गोंदवल्यामध्ये बांधली.

थोड्या दिवसांनी बताशानं प्राण सोडला. त्याचीही एक छोटीशी समाधी बांधण्यात आली.

गोंदवले आता एक पवित्र तीर्थक्षेत्र बनलंय. संसारतापानं पोळलेल्या जीवाला आजही इथे शांतता, शीतलता मिळते. महाराजांच्या अस्तित्वाचा अनुभव तिथे श्रद्धाळूंना आजही येतो.

महाराजांमागे भाऊसाहेब केतकर तिथे बारा वर्षं राहिले. त्यानंतर त्यांचे चिरंजीव तात्यासाहेब केतकर यांच्या माध्यमातून वाणीरूपाने महाराज पुन्हा अवतरले. त्यांना महाराजांचा वाणीअवतारच म्हणतात.

त्या अवताराची ओळख करून घेतल्याशिवाय महाराजांचं चरित्र पूर्ण कसं होणार?

चरित्रबोध

नामस्मरणात कुंडलीचा प्रभाव कमी करण्याचे सामर्थ्य असते.

महाराजांचा वाणीअवतार

महाराज गेल्यानंतर भाऊसाहेब बारा वर्षं गोंदवल्यामध्येच राहिले होते. त्यांचे चिरंजीव तात्यासाहेब केतकर हे मिलिटरीच्या अकाउंट्स डिपार्टमेंटमध्ये क्लार्क म्हणून नोकरी करीत होते. ते मालाडला होते. तात्यासाहेबांचं लहानपण गोंदवल्यामध्ये महाराजांच्या सहवासातच गेलं होतं. त्यांचा विवाह महाराजांनी करून दिला हे आपण पाहिलंच आहे. विवाहानंतर संपूर्ण केतकर कुटुंब, तात्यासाहेब आणि त्यांच्या नवपरिणित पत्नीला घेऊन महाराज काशीला गेले होते. तिथे या नवदंपतीकडून त्यांनी तेरा कोटी रामनामाचा संकल्प करवून घेतला आणि पुढे त्या दोघांनी तो पाळलाही. त्यामुळे तात्यासाहेब पारमार्थिकदृष्ट्या अत्यंत अधिकारी होते. महाराजांचं त्यांच्यावर विलक्षण प्रेम!

बघता बघता महाराजांना जाऊन बारा वर्षं झाली. या वेळी अप्पासाहेब मलवडकर नावाचे एक गृहस्थ होते. त्यांना अचानक वाटलं, की महाराजांशी आपण संपर्क करू शकलो तर?

मग त्यांनी एका कागदावर 'ॐ सद्‌गुरवे नमः' असं लिहिलं आणि नंतर १ ते १० आकडे काढले. खाली मराठी भाषेतली सगळी मुळाक्षरं काढली. तो कागद समोर ठेवून त्यांनी महाराजांचं स्मरण केलं आणि चित्त एकाग्र केलं. त्यांचा मनातला प्रश्न विचारला आणि हळूहळू त्यांचं बोट त्या कागदावरच्या एकेका अक्षरावरून, आकड्यावरून फिरू लागलं. हा वेग अत्यंत संथ होता. त्यामुळे अक्षरं कळत होती आणि एकेक शब्द, वाक्य असं करत त्यांना महाराजांकडून उत्तर मिळालं. असं ते अधूनमधून करू लागले. मग त्यांनी ते तात्यासाहेबांना सांगितलं. त्यांनाही अर्थात

खूप उत्सुकता वाटली. एकदा ते दोघे एकत्र असताना तात्यासाहेब म्हणाले, ''मी करून बघू का हे?''

मलवडकर अर्थातच 'हो' म्हणाले. मग तात्यासाहेबांनी चित्त एकाग्र करून महाराजांचं स्मरण केलं, तर त्यांचंही बोट फिरू लागलं.

यानंतर मलवडकरांना आदेश झाला, की आता हे तात्यासाहेबांनाच करू दे. तुम्ही करू नका. त्यांनी केल्यानंतर त्यांचं बोट जागचं हलेना. मग तात्यासाहेबच महाराजांशी असा संपर्क साधू लागले. पण हेही थोडेच दिवस झालं.

नंतर एकदा तात्यासाहेब तो कागद समोर घेऊन बसले. पण त्यांचं बोट हलेना. मात्र मुखातून आपोआप शब्द आला, ''आशीर्वाद!''

मलवडकरांनी चमकून पाहिलं. कारण हा आवाजही महाराजांचा होता आणि ते शब्दही! त्यांनी तात्यासाहेबांकडे पाहिलं, तेव्हा त्यांच्या लक्षात आलं; की ते तात्यासाहेब असले, तरी आत्ता 'महाराज' आहेत. महाराजच त्यांच्या तोंडून बोलत आहेत. परमेश्वराचा एक प्रकारचा अवतारच असतो हा. एखाद्या योग्य, पुण्यशील, शुद्ध व्यक्तीमध्ये संतांचा आवेश येतो आणि त्या व्यक्तीचे शब्द, आवाज, बोलण्याची पद्धत अगदी त्या संतांसारखीच होते. हा आवेश काही वेळापुरताच टिकतो. नंतर ती व्यक्ती पुन्हा आपल्या स्वत:च्या व्यक्तिमत्त्वानुसार बोलते, वागते. आपल्यामध्ये संतांचा आवेश आलेला असताना आपण काय बोललो, आपल्याला कुणी काय विचारलं यांतलं त्या व्यक्तीला काहीही आठवत नाही.

थोडक्यात त्या व्यक्तीला माध्यम करून संतच पुन्हा साधकांना मार्गदर्शन करत असतात.

महासमाधीनंतर बारा वर्षांनी महाराज तात्यासाहेबांच्या माध्यमातून वाणीरूपाने पुन्हा अवतरले होते. मग त्यांनी पुन्हा दुसरा देहच का नाही धारण केला, असा प्रश्न मनात येऊ शकतो. त्याला महाराजांनीच (वाणीरूपाने) दिलेलं उत्तर असं की, देह धारण करायचा किंवा पुन्हा जन्म घ्यायचा म्हणजे त्या देहाला पुन्हा जड-स्वरूपाच्या मर्यादा येणार. पुन्हा बालपण, पुन्हा लौकिक शिक्षण यांत वेळ वाया जाणार. त्यापेक्षा हे सूक्ष्मातून मार्गदर्शन करणं अधिक चांगलं.

संतांचं मार्गदर्शन पुन्हापुन्हा समाजाला गरजेचं असतं. जसं आपण एकदा जेवलो, की पुन्हा जेवण्याची गरजच नाही असं होत नाही. शरीराला आरोग्यसंपन्न

ठेवण्यासाठी रोज दोन वेळा जेवण आवश्यक आहे. तसंच समाज आरोग्यसंपन्न ठेवण्यासाठी संतांचं पुन्हापुन्हा अवतरण आवश्यक आहे.

तर महाराज असे तात्यासाहेबांच्या माध्यमातून वाणीरूपाने अवतरले. त्यानंतर त्यांना गोंदवल्याला जाण्याची आज्ञा झाली, म्हणून ते गेले. तिथे फक्त तात्यासाहेब, मलवडकर आणि साने म्हणून एक गृहस्थ होते. या तिघांनाच महाराजांच्या या वाणीरूपाबद्दल माहीत होतं. याची फार वाच्यता करू नये असं तात्यासाहेबांनाही वाटत होतं. तात्यासाहेबांचा मोठेपणा यातही दिसून येतो. एखाद्याने याची जाहिरात करून स्वत:चं महत्त्व वाढवलं असतं. अर्थात अशा व्यक्तीला महाराजांनीच 'वाणीअवतारा'साठी निवडलं नसतं, हेही खरं.

पण नकळतपणे गोंदवल्यामध्ये हे कळलंच आणि खूप लोक महाराजांच्या या वाणीअवताराचं मार्गदर्शन घेऊ लागले.

ज्या कागदापासून याची सुरुवात झाली, तो कागद एका खास पेटीत आता ठेवला होता. तात्यासाहेब त्या पेटीजवळ मन एकाग्र करून बसले, की महाराज यायचे. खरं तर आता त्या कागदाची आणि पेटीची गरजही नव्हती. महाराज तात्यासाहेबांच्या मुखातूनच बोलत होते. तरी तात्यांनी ती पेटी ठेवली होती. ते म्हणत, ''मला या पेटीमुळे हे भान राहतं, की मी फक्त माध्यम आहे. ही पेटी नसेल, तर मला मीच महाराज आहे असा अहंकार वाटेल.''

तेव्हापासून 'पेटीवरचे' किंवा 'पेटीवर बसणारे तात्यासाहेब' हे नाव महाराजांच्या संप्रदायात रूढ झालं.

महाराजांवर नितांत प्रेम करणाऱ्या काही लोकांनाही हे महाराजांचंच वाणीरूप आहे किंवा वाणीअवतार आहे यावर विश्वास ठेवणं सुरुवातीला जड जात होतं. त्यांपैकी नीळकंठबुवा एक होते. महाराज असताना ते बताशाची देखभाल करत. त्यांनाही हे पटत नसे. पण एकदा ते तात्यासाहेबांकडे आले. त्या वेळी ते पेटीवर बसले होते. त्यांनी नीळकंठबुवांना 'नीळकंठ' म्हणून नुसती हाक मारली. तोच स्वर... तेच प्रेम... तोच आवाज! नीळकंठबुवांचे डोळे भरून आले. त्यांचा विश्वास बसला, की महाराजच तात्यासाहेबांच्या मुखातून बोलतात. या रूपातून त्यांनी अनेकांना मार्गदर्शन केलं. काही भक्तांना ते अशा गोष्टी सांगत, की ज्या फक्त महाराजांमध्ये आणि त्यांच्यामध्येच घडल्या होत्या. इतरांना त्या माहीत असण्याचं कारणच नव्हतं. शेवटी जाताना ते म्हणत...

''या... या हं बाळ...''

तोच आईच्या मायेनं भरलेला विलक्षण प्रेमळ स्वर...

महाराजांचा हा वाणी अवतार १९६७पर्यंत म्हणजे ४२ वर्षं होता. १९६७ला तात्यासाहेबांनी देह ठेवला. त्यानंतर महाराजांचा वाणीअवतारही संपला.

या अवतारासाठी महाराजांनी तात्यासाहेबांनाच निवडलं याचं कारण, अशा प्रकारच्या ईश्वरी आवेशासाठी जशी शुद्ध, पवित्र व्यक्ती लागते, तसेच ते होते.

श्री. बापूसाहेब मराठे हे महाराजांचे भक्त. त्यांना तात्यासाहेबांचा प्रत्यक्ष सहवास मिळाला. आपल्या एका प्रवचनामध्ये त्यांनी तात्यासाहेबांच्या आणि वाणीअवतारामधून लोकांना कसं मार्गदर्शन मिळालं, याच्या खूप आठवणी सांगितल्या आहेत. त्या पुस्तकस्वरूपात प्रकाशितही झाल्या आहेत. त्यामध्ये त्यांनी तात्यासाहेबांच्या व्यक्तिमत्त्वातले आठ गुण सांगितले आहेत. हे सद्गुण त्यांच्याकडे होते. म्हणून महाराजांनी त्यांच्या माध्यमातून वाणीअवतार घेतला.

पहिला गुण म्हणजे त्यांच्या बोलण्यात अत्यंत गोडवा होता. दुसऱ्याचं मन कदापिही दुखवू नये, ही जी महाराजांची शिकवण होती; ती त्यांनी तंतोतंत पाळली.

दुसरा गुण म्हणजे निगर्वीपणा. त्यांच्या नम्रतेत कृत्रिमपणाचा लवलेश नसे.

तिसरा गुण म्हणजे निरपेक्षता. सर्व लोकांचं त्यांच्यावर इतकं प्रेम होतं, की त्यांनी एखादी गोष्ट मला हवी आहे असे नुसतं उच्चारलं असतं, तरी त्यांना ती लगेच मिळाली असती. पण त्यांनी कधीच कुणाकडे काही मागितलं नाही.

चौथा गुण म्हणजे प्रसिद्धिविन्मुखता.

पाचवा गुण अक्रोध. होणारी प्रत्येक गोष्ट महाराजांच्या इच्छेनंच होते या भूमिकेवर ते सतत असल्याने त्यांना कधीही राग येत नसे.

सहावा गुण म्हणजे सहजलीनता.

सातवा गुण म्हणजे संकोची वृत्ती. ते स्वतःच्या घरातही संकोची वृत्तीनं वागत. याबद्दल त्यांना विचारलं असता ते म्हणाले, ''मी माझ्या घरात राहत नसून महाराजांच्या घरात राहतोय. तेव्हा त्यांना शोभेल असं वागण्याची खबरदारी मी घ्यायला नको का? श्री महाराज माझ्या मुखातून बोलायला लागले, त्यानंतर थोडेच दिवसांत त्यांनी मला स्पष्ट सांगितले की; परस्त्री, परधन आणि परनिंदा या तीन गोष्टींपासून देहात असताना ते कटाक्षाने दूर राहिले. तेव्हा या तीन गोष्टी मी जर प्राणापलीकडे सांभाळल्या नाहीत, तर श्री महाराजांना माझ्या मुखामार्फत

चाललेलं अवतारकार्य संपवावं लागेल. त्यामुळे या तीन गोष्टींची खबरदारी मला सतत घ्यावी लागते.''

आठवा गुण म्हणजे महाराजांवर नितांत प्रेम.

तात्यासाहेबांच्या या गुणांमुळे महाराज बेचाळीस वर्षं त्यांच्या मुखामधून बोलत राहिले.

चरित्रबोध

देह सोडल्यानंतरही जगाच्या कल्याणासाठी संत काम करीत राहतात.

उपसंहार

पाच हजारांहून अधिक वर्षांपूर्वीचा सनातन धर्म हा वेद आणि उपनिषदं यांच्या पायावर उभा आहे. मात्र या इतक्या वर्षांमध्ये परिस्थिती अर्थात बदलत गेली. मानवी जीवन बदललं, तसा त्याच्या शारीरिक, मानसिक, बौद्धिक क्षमतांत बदल होत गेले. त्यामुळे उपासनेचा पूर्वापार चालत आलेला मार्ग म्हणजे यज्ञयाग हळूहळू अवघड होत चालला. हठयोगादि साधनं सामान्यांच्या आवाक्याबाहेरची होती. त्यामुळे सत्ययुगात यज्ञयागानं, द्वापारयुगात पूजनानं, त्रेतायुगात ध्यानानं, तर कलियुगात फक्त नामनंही ईश्वरप्राप्ती होते, असं म्हटलं गेलंय.

ईश्वराभिमुख जीवन असलं, की व्यक्तिमत्त्वात आपोआप काही सकारात्मक गोष्टी येतात. त्यामुळे मनही शांत होतं. म्हणून प्रपंच, परमार्थ दोन्ही यशस्वी होतो. मानवी मनाची स्वाभाविक ओढ मात्र ऐहिकाकडेच असते. माणसांना पुन्हापुन्हा त्यांच्या कल्याणाची आठवण करून द्यावी लागते. म्हणून संत पुन्हापुन्हा अवतार घेतात. ज्या काळात, ज्या प्रांतात, ज्या माणसांमध्ये ते जन्म घेतात; त्यांना जमेल, सहज साध्य होईल अशी उपासना देतात. प्रत्येकाचे मार्ग, सांगण्याची पद्धत वेगळी. पण परिणाम एकच - मानवी जीवनाचं इह-परलोकी कल्याण!

श्री गोंदवलेकर महाराजांचा अवतार याचसाठी झाला होता. नामस्मरणासारखं अत्यंत सोपं साधन त्यांनी आपल्याला दिलं. 'जिथे नाम, तिथे मी' हे आश्वासन दिलं. आत्तापर्यंत अनेक संतचरित्रांमध्ये त्या त्या संताच्या भक्तांना त्यांच्या अस्तित्वाचा अनुभव त्यांच्या महासमाधीनंतरही कसा आला, संत सूक्ष्म रूपातून कसं कार्य करतात हे लिहिलं गेलेलंच आहे. गोंदवलेकर महाराजांच्या अस्तित्वाचा अनुभव

त्यांच्या भक्तांना, ज्यांच्या घरी त्यांची उपासना चालते त्यांना येतच असणार. त्यांचं चरित्र श्रद्धेय श्री. केशव विष्णु बेलसरे यांनी लिहिलंय - ज्याचा आधार घेऊन हे चरित्र लिहिलं गेलं - त्यातही महाराज जगदाकारे सर्वत्र भरून आहेत आणि आजही सूक्ष्म रूपाने ते भक्तांना मार्गदर्शन करतात, याचे अनेक अनुभव लिहिले आहेत.

पण नामस्मरण आणि अनुसंधान असलं, की महाराजांच्या अस्तित्वाचा प्रत्यय येतोच; हे त्यांनी माझ्यासारख्या, जिच्या घरात त्यांच्या उपासनेची परंपरा नाही अशा व्यक्तीलाही दाखवून दिलं आणि 'गुरुतत्त्व' हे एकच असतं, 'साधू दिसती वेगळाले। तरी ते स्वरूपी मिळाले' असं असतं हेही दाखवून दिलं.

माझ्या वडिलांच्या वडिलांपासून माझ्या माहेरी 'दिव्य जीवन संघ' या संस्थेचे संस्थापक स्वामी शिवानंद सरस्वती यांची उपासना होते. अर्थात सर्व सद्‌गुरू एकच असतात यावर श्रद्धा असल्यामुळे घरी बऱ्याच संतांचे फोटो आहेत. एक मोठा फोटो श्री गोंदवलेकर महाराजांचाही आहे. माझ्या जन्मापूर्वीपासून तो असल्यामुळे आणि इतरही बरेच फोटो असल्यामुळे माझं तिकडे फक्त लक्ष असायचं, इतकंच!

हे चरित्र लिहिताना मी काही दिवसांसाठी माहेरी गेले होते. सध्या तिथे कुणीच राहत नसल्यामुळे पूर्ण एकांतात मी राहिले होते. मनात सतत महाराजांचे विचारच होते. इतक्या वर्षांत प्रथमच महाराजांचा फोटो बघून मनात विचार आला, 'उद्या महाराजांच्या फोटोला छान मोठा हार आणून घालावा.' मनात हे वाक्य आलं आणि दारावरची बेल वाजली. जवळच राहणारी माझी मोठी बहीण बरोबर तिच्या गाडीच्या चालकाला - जो अगदी मुलासारखा आहे; त्याला घेऊन आली होती. म्हणाली, ''अगं, गोंदवलेकर महाराजांच्या फोटोला घालायला हार घेऊन आलेय. फोटो उंच आहे. तुझा हात पुरणार नाही म्हणून याला म्हटलं, चल, तेवढा हार घालून येऊ.''

काही दिवस मनात असलेल्या अनुसंधानाची फलश्रुती अशी असेल, तर अखंड नामाचं अनुसंधान ठेवणाऱ्यांना महाराजांची केवढी प्रचिती येत असेल!

या संपूर्ण चरित्रातून समुद्रमंथनातून निघालेल्या अमृताप्रमाणे माझ्या हाती अमृतासारखं एकच वाक्य आलं, जे कुठल्याही सद्‌गुरूंना, ईश्वराला लागू पडतं आणि प्रत्येक माणसाने तेवढंच लक्षात ठेवलं तरी पुरे, असं वाक्य म्हणजे

'जिथे नाम, तिथे माझे प्राण। ही ओळखावी खूण॥'

संदर्भ सूची

१. श्री ब्रह्मचैतन्य गोंदवलेकर महाराज यांचे चरित्र व वाङ्मय - प्रा. केशव विष्णू बेलसरे

२. श्री महाराजांचे वाणीरूप - तात्यासाहेब केतकर - श्री. बापूसाहेब मराठे

३. श्री तुकामाई यांनी दिलेली चार वरदाने - श्री. बापूसाहेब मराठे

४. सौ. सरिता अवधानी यांची यूट्यूबवरील मालिका

लेखक परिचय

राजलक्ष्मी देशपांडे
एम.ए. (अर्थशास्त्र)

'ईशावास्य', प्लॉट नं. ४९,
सायंतारा हाउसिंग सोसायटी, डीएसके विश्व,
धायरी, पुणे ४११ ०४१

- आध्यात्मिक पिंड असलेली कवयित्री. दोन कवितासंग्रह प्रकाशित
- कथा व कादंबरी लेखनातही मुशाफिरी, 'बीज अंकुरे अंकुरे' हे मूल्यशिक्षणाशी संबंधित प्रयोगांवर आधारित पुस्तक प्रकाशित
- स्वामी चिदानंद सरस्वती आणि माता अमृतानंदमयी यांच्या जीवनावर आधारित चरित्रात्मक कादंबऱ्या प्रकाशित
- पुण्यातील 'ज्ञानप्रबोधिनी' या संस्थेत केलेल्या संशोधनावर आधारित स्वामी दयानंद सरस्वती आणि भगिनी निवेदिता यांच्या चरित्रांचे लेखन
- भारतीय संस्कृती आणि त्यातील शाश्वत मूल्यविचार यावर आधारित 'संस्कृतीच्या प्रसादखुणा' या ललितलेखसंग्रहाला वाचकांचा उत्तम प्रतिसाद
- 'मनाचे श्लोक : मुक्तभाष्य' हे मूळ इंग्रजी पुस्तकांचे मराठी भाषांतर, 'वात्सल्यसिंधू साई' हे मराठी पुस्तकाचे हिंदी भाषांतर प्रसिद्ध

- **पुस्तके**
  योगियांचा राणा (शेगावचे संत गजानन महाराज यांचे चरित्र)

सकाळ प्रकाशनाची इतर पुस्तके

राजलक्ष्मी देशपांडे लिखित

- योगियांचा राणा : शेगावचे श्रीगजानन महाराज यांचे चरित्र

इतर लेखकांची पुस्तके

- ब्रह्मांडनायक
- कहत कबीर
- कृष्णमयी मीरा
- महान भक्त शबरी
- शिर्डी साई बाबा : प्रेरणादायी संतजीवन
- महात्मा - भक्त - कवी सर्वांचे नामदेव
- बाहुबली हनुमान
- रामकृष्ण परमहंस
- संपूर्ण 'योग' संग्रह : स्वामी विवेकानंद
- तीन संन्यासी
- स्वामी विवेकानंद : भारतातील गुरू-शिष्य परंपरेची मशाल

www.ingramcontent.com/pod-product-compliance
Lightning Source LLC
LaVergne TN
LVHW010942051026
849532LV00003B/1100
* 9 7 8 9 3 4 9 4 8 7 0 7 9 *